மிளிர்மன
எழில்மதி

நர்சிம்

INDIA · SINGAPORE · MALAYSIA

ISBN 979-8-88883-900-3

நூலாசிரியர் குறிப்பு

நர்சிம்

சொந்த ஊர் மதுரை. பணி நிமித்தம் வசிப்பது சென்னையில். 2007-ல் தொடங்கி, தொடர்ந்து தமிழின் முதன்மையான இதழ்களில் சிறுகதைகள் மற்றும் தொடர்கதைகள் எழுதிக்கொண்டிருக்கிறார். ‘மனித உறவுகளின் எழுத்தாளர்’ என்று பிரபஞ்சனால் பாராட்டப்பட்டவர். இவரது மதுரைக் கதைகள் மிகவும் பிரபலமானவை

அய்யனார் கம்மா (2010), ஒரு வெய்யில் நேரம் (2012), பைத்தியக்காலம்(2017), மதுரைக் கதைகள் (2017), ஆட்டம் (2020), சூடு (2021), நிகழ்ந்தாய் முகிழ்ந்தேன் (2021) ஆகிய சிறுகதைத் தொகுப்புகளும்,

தீக்கடல் (2010), தற்கொலைக்கு முயன்று தோற்றவன் (2013), காமத்தின் மீது பொழியும் மழை (2018), உன்னோடான உரையாடல் (2020) ஆகிய கவிதைத் தொகுப்புகளும்,

அலப்பறை (2017), சார்மினார் எக்ஸ்பிரஸ் (2020), குற்றப்பொய்கை (2021) ஆகிய நாவல்களும் இதுவரை வெளிவந்துள்ளன.

‘அய்யனார் கம்மா’ என்ற சிறுகதை குறும்படமாக எடுக்கப்பட்டு, அது ஃபெட்னா உட்பட பல விருதுகளை வென்றுள்ளது.

சமீபத்தில், (2021) Bynge App என்ற தளத்தில் எழுதிய இந்த ‘மிளிர்மன எழில்மதி’ தொடர் மிகுந்த வரவேற்பைப் பெற்றது.

அத்தியாயம் 1

மதி,

சலனமற்று ஓடும் நதி மீது

சடசடத்துப் பொழியும் மழை; உன் பெயர்.

அனாமிகா அப்படிச் சொன்னதும் மிக லேசான அதிர்வு ஏற்பட்டதைக் காட்டிக்கொள்ளாமல் அவளை ஏறிட்டுப் பார்த்தான், செழியன். எழில் செழியன், அந்த நிறுவனத்தின் மிக முக்கிய அதிகாரி என்ற சொல்லைப் பயன்படுத்தினால் வயதான தோற்றம் வந்துவிடக் கூடும். இளைஞன். வயதைவிடவும் அதிக லட்சங்கள் ஆண்டு சம்பளம் என்பதே அவனுடைய ஒரே இலக்காக இருந்ததால், அடைந்துவிட்டான். அதைப் பிறகு பேசலாம். இப்போது அவன் டெல்லி போக வேண்டும். மறுநாள் காலையில் தனக்கு உகந்த விமான நேரத்தைச் சொல்லி, அவன் உதவியாளர் அல்லது உடன் இருந்து இப்படியான வேலைகள் செய்யும் அனாமிகாவிடம் டிக்கெட் புக் செய்ய உத்தரவிட்டிருந்தான்.

"So what" என்ற அவனுடைய கேள்விக்கான அவளுடைய முந்தைய சொற்கள்,

"அருண் குப்தா அதுல அல்ரெடி புக் பண்ணியிருக்காரு. ஹி இஸ் ஃப்ளையிங் பேக் டுமாரோ பாஸ்."

குப்தா செழியனின் கவுன்ட்டர் பார்ட். தெற்கும் கிழக்கும் செழியன் எனில் வடக்கும் மேற்கும் அவன் எல்லை. இருவரும் நிறுவனத் தூண்கள்.

அனாமிகா தயங்கித் தயங்கி சொற்களை உதிர்த்தாள், ஏனெனில், அவனின் கோபம் அறிந்தவள் அவள்.

கார்ப்பரேட் பேஸிக் ரூல்ஸ்னு செக்ரட்ரீஸ் டிரெயினிங்ல... ஐ மீன், கீ பெர்சன்ஸ் ரெண்டு பேரும்.. ஒரே ஃப்ளைட்ல... ஐ மீன்'' எனத் தயங்க, இவன் ஏறிட, பட்டென உடைத்தாள்.

''ஏதாவது ஆச்சுன்னா, ஐ மீன் க்ராஷ்... ரெண்டு பேர்ல யாராவது ஒருத்தங்க... இருக்கணும்னுங்குறது மேனேஜ்மெண்ட் வியூ.''

கார்ப்பரேட் என்பதன் ஒரு வரி விளக்கம் என்னவெனில், எவன் செத்தாலும் அதில் தனக்கான குறைந்தபட்ச லாபம் அல்லது இழப்பின் அளவுகளை எவ்வளவு குறைக்க முடியும் என்பதான நிகழ்வுகள் மட்டுமேதான்.

அதன்பிறகு எழில் செழியன் அன்றைய அன்றாடத்தின் மீது அவனுடைய இயல்பான வேகத்தையோ ஈடுபாட்டையோ செலுத்த இயலாமல் தன் அந்த பெரிய அற்புத வேலைப்பாடுகள் நிறைந்த அறையில் சுழல் நாற்காலியின் அதிகபட்ச இழுவைத் தன்மையை உபயோகித்து சாய்ந்து கண்ணாடி வழியே பார்த்துக்கொண்டிருந்தான்.

மிக மிக பிராக்டிகலான, நடைமுறைக்கு வேண்டிய ஒன்றுதான். ஆனாலும் சட்டென குழப்பிவிட்டது அல்லது ஏதோ ஒரு தெளிவை நோக்கிய சிந்தனை. கண்ணாடிக்கு வெளியே எல்லோரும் பரபரப்பாக அவரவருக்கான வட்டத்திற்குள் மும்முரமாய் இயங்கிக்கொண்டிருந்தார்கள்.

அவரவருக்கான வட்டம் என்பது இவ்வுலகின் ஆகப்பெரிய, அதிமுக்கிய ஒன்று என்பது செழியனுக்குப் புகட்டப்பட்ட பாடம்.

அவ்வளவு பரந்து விரிந்த வானம், மிகப்பெரிய பிரபஞ்சம். ஆனால், அதில் ஒவ்வொருவரின் வாழ்வும் அவரவருக்கான ஒரு உலகில்தானே? அதன் அளவு அவர்களின் மனம் போலத்தானே!

இதோ, கண்ணாடிக்கு வெளியே எல்லோருக்கும் பணிவிடைகள் செய்துகொண்டிருக்கும் சிட்டிபாபுவின் உலகம் இந்தக் கண்ணாடி அலுவலக வளாகத்தின் மூவாயிரம் சதுர அடிகள்தான். அதிகாலை வந்து, பின்னிரவில் செல்லும் வேலை. காஃபி, டீ, சர்க்கரை கம்மி, அதிகம் என ஒவ்வொருவரின் ருசி,

பசி அறிந்து பணிவிடைகள். அவருடைய ஒரே லட்சியம், அந்த ப்ளூ கலர் சீருடையில் இருந்து கறுப்பு கலர் சட்டை அணிந்து, அவருக்குக் கீழ் சிலர் இந்த வேலைகள் செய்வதை மேய்க்கும் பொறுப்பில் அமர்வதே. இந்த உலகை விட்டு அவரின் நோக்கமோ எண்ணமோ ஆசையோ வேறெங்கும் வெளியேறியதில்லை. மனம் அறிந்ததெல்லாம் அந்த அடுத்த கட்ட கறுப்பு சட்டைதான்.

செழியனின் குழப்பமான எண்ண அடுக்குகளில் இப்படியான சிந்தனைகள், அவனுடையதும் சின்னஞ் சிறிய உலகமாக, ஒரு கிளையின் முக்கிய பொறுப்பான பிராஞ்ச் மேனேஜர் நிலையை அடைவதாகத்தான் இருந்தது. அவன் உடலில் எரிந்த அது சிறிய நெருப்பல்ல என்பது போகப் போகத்தான் அவனுக்கே புரிந்தது.

ஆனால், அவனுடைய இப்போதைய உலகம் அங்கு, கண்ணாடிக்கு வெளியே நடந்து வந்துகொண்டிருந்தது. அவ்வளவு நிதானமாக, அவ்வளவு ஒய்யாரமாக நடந்து வந்துகொண்டிருந்தாள், மதி.

மதி, செழியன் சற்று அசந்திருந்தால் அவன் இடத்தில் அமர்ந்திருக்கக் கூடிய திறமையும், அவனை விடவும் மேலேறி, *COO* ஆகிவிட வேண்டும் என்ற லட்சியமும் கொண்ட அதிரடிப் பெண். மார்க்கெட்டிங் பிரிவின் முடிசூடா ராணி. மிக எளிதாக செய்யும் எல்லாமுமே மிக நேர்த்தியாக இருக்கும் என நம்பும், கார்ப்பரேட்டின் அத்தனை சூட்சமங்களையும் கரைத்து, தினமும் காலையில் எனர்ஜி டிரிங்க்காக குடித்து, அதே எனர்ஜியை தன் குழுவினரிடமும் அந்த நேர்மறை அலைக்கற்றையைக் காற்றில் பரப்பும், பரபரப்பானவள்.

இவை எல்லாவற்றையும்விட முக்கியமாக அவள் கருதுவது, எழில் செழியனின் காதலி எனும் அந்த உணர்வை. தனக்கானவன் அவன் எனும் நினைப்பை. தக்கனன் அவன் எனும் மிதப்பை.

வரும் வழியெங்கும் சிதறிய ‘ஹாய்’களை அள்ளி எடுத்து பதிலுக்கு எறிந்துகொண்டே செழியனைப் பார்த்தவள், ஏதோ தவறு என்பதை உணர்ந்து, கதவைத் தள்ளிக்கொண்டு திறந்தாள்.

அப்போதும் அதே சாய்ந்த நிலையில் இருந்த செழியன் அவளைப் பார்த்து புருவம் உயர்த்தி பக்கவாட்டில் இருந்த பஞ்சுப்பொதிகளுக்குள் அமரச் சொல்லி சைகை செய்தான்.

"என்ன... இவ்ளோதான் நீட்டமுடியுமா கால? ஹோப் ஆல் ஓகே, ஹவ் இஸ் யூ?"

வழக்கமாக இந்தக் கேள்விக்கு செழியனின் பதில், கேட்போருக்கு அவ்வளவு உற்சாகத்தைத் தந்துவிடும்

"Can't be Better, fantablous" என்பான்.

இன்று, 'ம்ம்ம்' என்றதும், கண்ணாடி வழியே அனாமிகாவைப் பார்த்தாள், மதி. அவள் மொபைலைக் காட்ட, வாட்ஸப்பைப் பார்த்தாள்.

'Foul mode, - Reg; flight'

ஏற்கெனவே மதியும் அனாமிகாவும் பேசியவைதான்.

மதி சிரித்தாள், எப்போதும் போல் அந்தச் சிரிப்பின் சத்தம், மழை பொழிவு போன்ற நிகழ்வு அவனை நேராக அமர வைத்தது.

"டேய், இதுக்கே இப்பிடி உர்ர்னு ஆகிட்டயே... நீ செத்துட்டா நான் நம்ம மும்பை பிராஞ்ச் பிராண்டிங் டிபார்ட்மெண்ட் ஹெட் மொஹ்மட் நசீம ஆப்ஷனா வச்சுருக்குறதெல்லாம் தெரிஞ்சா என்னடா பண்ணுவ?"

"ஓஹோ... அதான் மேடம் மும்பை விசிட் போகணும்னு ஒரே துடிப்பா இருக்கீங்களா?"

"த்தூ..."

அவளின் இந்த 'த்தூ' அவனுக்குப் பிடித்த ஒன்று. விதவிதமாய்த் துப்புவாள். ஒருபோல சிரிப்பான்.

"ஏர்லி மார்னிங் ஃப்ளைட்ல மனுஷன் போவானா? நைட்டெல்லாம் தூக்கம் போகும், தலவலி வரும் அது இதுன்னு... இப்ப சார் எங்கூடத்தான் வந்தாகணும்.. ஆறு மணி, நாலு மணிக்கு ரூம்ல இருந்து கிளம்பணும்... பாவம்" சிறுமி போல் கைகளைக் காற்றில் பாவி, அவனை வம்பிழுத்தாள்.

‘முடியாது’ என்பது போல் தலையாட்டினான்.

“நான் வரல.”

“வாட்? யூ மஸ்ட் பி கிடிங் டியர். நாளைக்கு உன்னோட நாள், எல்லா பெரிய தலைகளும் உன்னோட பிரசன்டேஷனை பார்க்க வர்றாங்க... அதனால மூடிட்டு கிளம்பு” என எழுந்தாள். அவளோடு அவளுடைய நீளக்கால்களும் எழுந்து ‘என்னைப் பார்’ என நின்றன.

சட்டென நினைவு வந்தவனாய், “எமர்ஜென்ஸி சீட்” என சொன்னவனைப் பார்த்து, ‘பொத்துடா எங்களுக்குத் தெரியும், நாங்களும் உயரம்தான்’ என்பதுபோல் சைகையால் சொல்லி சிரித்து, வெளியேறி அனாமிகாவிடம் போய் நின்றாள், மதி.

மதியை முதன்முதலில் பார்த்த நிகழ்வு எல்லாம் நினைவில் இருக்கிறது அவனுக்கு. ஆனால், எப்படி, எந்தப் புள்ளியில் இருவரும் காதலிக்கத் தொடங்கினார்கள் என்பதைக் கண்டுபிடிப்பது சுவாரஸ்யமான பொழுதுபோக்கு. ஒவ்வொரு நிகழ்வாக நினைவில் கொண்டுவந்து அவளிடம் கேட்க, அவள் துப்புவாள்.

“அந்த ப்ளூ ஷர்ட் போட்டு வந்தேன்ல ஒருநாள்... அன்னிக்குத்தான நீ ‘அட’ன்னு பார்த்த, கரெக்ட்டா?”

“த்தூ, அதுல நீ கேவலமா இருந்த. அய்யோ அத ஏண்டா ரிமைண்ட் பண்ண, ஹைவ் டு அன் சீ தட்... ச்சைய்க்!”

இந்த ‘ச்சைய்க்’ அவளின் பிராண்டட் சொல்.

இப்படி, நாயகத்தன்மை என்று அவன் நம்பும் ஒவ்வொரு நிகழ்வையும் ஒரு த்தூவிலோ ஒரு ச்சைய்க்கிலோ இடக்கையால் ஒதுக்கிவிடுவாள். எல்லோரிடத்திலும் சிங்கமாய் கர்ஜிக்கும் செழியன், மதி என்றால் சிரிக்கும் சிங்கமாகிவிடுவான்.

“கண்டிப்பா ஒரு நாள் நான் சொல்வேன் பாரு, அந்த எக்ஸாட் மொமன்ட்ட...”

“ஆல் த பெஸ்ட். ஆனா, ஒன்னால சொல்ல முடியாத்...”

இப்படித்தான் அந்த ஆட்டம் ஒவ்வொரு முறையும் முடியும்.

சட்டென ஏதோ நினைவு வந்தவனாய், இன்டர்காமை அழுத்தி எடுத்த அனாமிகாவிடம், போனை மதியிடம் கொடுக்கச் சொல்ல, அவள் சட்டென திரும்பி, போனை வாங்காமல் ‘என்ன’ என்பது போல் கேட்க, ‘போனை வாங்கு’ என ரிசீவரை நீட்டி சைகை செய்தான். வாங்கியதும்,

“இந்த எடத்துல நீ ஒரு நாள் நின்னு என்னப் பார்த்துட்டே அனாமிகாகிட்ட பேசிட்டு இருந்த, நான் பார்த்ததும் திரும்ப டைம் இல்லாம வழிஞ்ச... அந்த மொமன்ட்தான?”

ஹஸ்கி வாய்ஸில், “இவ முன்னாடியே மானத்த வாங்கவா இல்ல தனியாவா?”

“இல்லேம்பியா?”

“டேய், நான்தான் உன் லக்கி ஏஞ்சல், இந்த கேபின், பொஸிஷன்லாம் நாம லவ் பண்ணதுக்கு அப்புறம்தான் வந்ததுன்னு சொன்ன... அப்பிடீன்னா நீ இந்தப் பக்கம் ஒக்காந்து இருக்கும்போதே லவ் பண்ண ஆரம்பிச்சோம்னுதான அர்த்தம், இடியட்!”

“சரி, சர்ரி... போன வை.”

அனாமிகா அவர்கள் இருவரையும் பார்த்து நமுட்டுச் சிரிப்பு சிரிக்க, செழியன் தன் வழக்கமான உர்ர் என்ற பார்வைக்கு மாற எத்தனிக்கத் துவங்கினான்.

மதி, கதவைப் பாதியாகத் திறந்து, “காலைல லேட் பண்ணாத, நான் டைரக்ட்டா ஏர்போர்ட் வந்துருவேன். வெப் செக் இன் ஆச்சுன்னு லேட் பண்ணி, மிஸ் பண்ணிறாத, உங்கூட பறக்கணும்.”

ஆம், அதிகாலை விமானப் பயணங்களை வெறுப்பவன், அவ்வப்போது, ஏர்போர்ட்டில் இருந்தே அனாமிகா, மதி என அனைவரையும் ஏவி அடுத்த வண்டியைப் பிடித்துப் போவான்.

அதிகாலை சென்னையின் ரம்மியத்தை ரசித்துக்கொண்டே விமான நிலையம் அடைந்தாள், மதி..

'குட் மார்னிங் பாஸ்', 'குட் மார்னிங் டா', 'குட் மார்னிங் எருமை' என எதற்கும் பதில் இல்லை, செழியனிடம் இருந்து. 'லாஸ்ட் சீன் அதிகாலை 4 மணி' என்பதைப் பார்த்து, எழுந்துவிட்டான் என நிம்மதி அடைந்திருந்தாள். அழைப்பையும் அவன் எடுத்திருக்கவில்லை. குளித்துக்கொண்டிருப்பான் என நினைத்தாள், அல்லது சர்ப்ரைஸ் செய்வதாக முன்னமே வந்திருப்பான் என எதிர்பார்த்திருந்தாள். செய்யக்கூடியவன்தான். எப்போது என்ன செய்வான் என எதிர்பார்க்கவே முடியாத தருணங்களில் செய்துவிடுவான். கிஃப்ட்டோ கிஸ்ஸோ... ஆம், அவனின் அரைநொடி அரவமற்ற திடீர் முத்தங்களை பயந்து, ரசித்து எதிர்கொள்பவள்.

சுற்றிலும் பார்த்தாள். ஆள் இல்லை. மீண்டும் அழைத்தாள், இம்முறை கட் செய்யப்பட, 'சரி வந்துகொண்டிருக்கிறான்' என நிம்மதியாகி, தன் அடையாளம் காட்டி உள்ளே நுழைந்தாள்.

வேறு ஓர் உலகம், எல்லோர் மீதும் ஏதோ ஒரு பரபரப்பு வாசனை, தூக்கம் மிச்சமிருக்கும் கண்கள், அந்தக் காலையிலும் அவ்வளவு நேர்த்தியாய் உடையணிந்து பெல்ட் இறுக்கிய அங்கிள்கள், சரசரக்கும் சேலைகள், சால்வை போர்த்திய பேரிளம் பெண்கள், பெரிதும் சிறிதுமாய் இழுப்புப் பெட்டிகள், இவர்களுக்கு நேர் எதிராய், அசட்டையான, சோம்பல் இளைஞர்கள், யுவதிகளின் அரைக்கால் சட்டைகள், ஹவாய் செருப்புகள், கையில் ஒரே ஒரு புத்தகம் என விதவிதமான மனிதர்கள், முகங்கள், அவர்களின் முக்கியத்துவங்கள்.

செக்யூரிட்டி செக் இன் முடித்து, எந்த கேட் நம்பர் எனப் பார்த்து, அதற்கு சற்று எதிராக அமர்ந்தவள், மொபைலை மீண்டும் எடுத்தாள். ஒரு செய்தியும் இல்லை. எல்லாமே சிங்கிள் டிக்.

செழியனின் இந்த இளவயது வெற்றி, அவனின் நெருப்பு போன்ற வேலை, அதே வேகத்தில் செயல்படும் மூளை, அவன்

வேக நடை என அடுக்கிக்கொண்டே போகலாம். ஆனால் அதைப் போலவே, இதுபோன்ற எதைப்பற்றியும் கவலைகொள்ளாமல் நடந்துகொள்ளும் தன்மையும். அதுவும் இப்படியான முக்கியமான நாளில்.

மீண்டும் அழைக்க நினைத்துக்கொண்டிருக்கும்போதே, அவனிடம் இருந்து அழைப்பு வந்தது.

"குட் மார்னிங், கேட் நம்ப..."

"பேட் மார்னிங் மதி, I can't... நான் வரல, யூ கேரி ஆன்."

"வாட், டேய் எழி, டோண்ட் ப்ளே, ஐ'ம் வெயிட்டிங் இங்க..."

"ஹே, அதிபன் அண்ணனுக்கு ஆக்ஸிடன்ட் ஆகிருச்சு. நீ போ, வில் டாக் டு யூ லேட்டர்." துண்டித்தான்.

'ஃபைனல் கால் ஃபார் போர்டிங்' என மைக்கில் அலறிக்கொண்டிருந்தார் ஓர் அதிகாரி.

அத்தியாயம் 2

2. வாள்முனையின் காய்ந்த குருதி, இறுதிச் சொல்.

ஆவி பறக்கும் டீயைக் கையில் வாங்கி, அந்த அதிகாலைக் குளிருக்கு இதமாய் இருகைகளுக்குள் வைத்து அழுத்திக்கொண்டான், செழியன்.

விடிந்துகொண்டிருந்தது அந்த மருத்துவமனை வாசல். ஒரு பெண்மணி மிகுந்த முனைப்போடு கூட்டிக்கொண்டிருந்தார்.

சத்தம் கேட்டு, அனிச்சையாய் மேலே பார்த்தான். அவனை விட்டுவிட்டு, அந்த விமானம் பறந்துகொண்டிருந்தது.

எல்லாவற்றையும் பார்த்துப் பார்த்து எடுத்து வைக்கப்பட்ட பெட்டி, என்னவெல்லாம் பேச வேண்டும் என்பது பொருட்டல்ல, அதை எப்படியெல்லாம் பேச வேண்டும் என்பதே கலை, அதை யோசித்து மூளைக்குள் அடுக்கிவைத்து என எவ்வளவு திட்டமிடல்கள். அடுத்த நொடியின் எதிர்பாராத திருப்பங்களும் மாற்றங்களும் மட்டும் இல்லையெனில் நாட்காட்டியும் ஏன் இரவும் பகலுமே தேவையற்ற ஒன்றாகிவிடக் கூடும் என்று தோன்றியது அவனுக்கு.

இன்று இந்நொடி என்பதைத் தவிர வேறு எதற்குமே உத்தரவாதம் இல்லை என்பது தெரிந்தும் சதா எதையோ ஒன்றை நோக்கி அத்துணை முனைப்போடும் வெறியோடும் ஓடிக்கொண்டிருப்பதை நினைக்கும் அவகாசத்தை அந்த ஒரு கோப்பைத் தேநீரின் மிதவெப்ப ருசி அவனுக்குக் கொடுத்தது.

அவன் எதிர்காலத்தைக் கேள்விக்குறியாக்கவல்ல ஒரு செயலைச் செய்திருக்கிறான் என்பதை அவன் மூளை உணர்ந்தே இருந்தது. ஆனால், அவனுடைய மனம் அவனை அதிலிருந்து

காக்க போராடிக்கொண்டிருந்தது. அதன் ஒரு பகுதியாக அவன் நினைவுகளை அதிபன் அண்ணனின் மீது சுழலச் செய்தது.

"வர்லியா? என்னடா சொல்ற?"

"படிக்கணும் மச்சி."

"மயிறப்படிச்ச, அதி ஆடுறாப்லடா இன்னிக்கு."

அவ்வளவுதான்... சட்டென புத்தகத்தை மூட்டை கட்டி வைத்துவிட்டு, அவன் வண்டியில் ஏறி மைதானம் அடையும் முன்னரே சத்தம் கேட்கத் தொடங்கிவிடும்.

"அதிபா, போதும். இந்த ஓவருக்கு ரன்னு வந்துருச்சு, நிப்பாட்டி ஆடு."

"மச்சி பொளந்து விடு. ஆஃப் சைடு பாரு, தொறந்துகெடக்கு."

"லெஃப்ட்டன் சமைச்சு விட்டான் இன்னிக்கி."

என விதவிதமான கத்தல்கள், உத்தரவுகள், ஆசைகள் என மைதானம் தெறிக்கும்.

வண்டியை ஸ்டேண்டு போட்டு இறங்கும்போதே சரேலென பந்து காலடியில் விழுந்து கடக்கும்.

"அள்ளி எறிஞ்சாண்டா ஆறு!" என கைதட்டல்களுக்கிடையேதான் ஸ்கோர் எழுதுபவர் அருகில் போய் அமர்வது நிகழும்.

அருகில் போனதும் ஆளைப் பார்க்காமலே, 24 பால்ல 49 என தகவல்கள் வந்து விழும்.

மதுரையில் இப்படி ஒரு டிவிஷன் மேட்ச்கள் நடக்கின்றன என்பதே பெரும்பான்மையோர்க்கு தெரியாது. ஏ,பி,சி என மூன்று டிவிஷன்கள். சி-யில் தொடங்க வேண்டும். அந்த சீஸனில் பெரும்பான்மை ஆட்டங்களை வென்று பி பின்னர் ஏ என முன்னேற வேண்டும். ஏ டிவிஷனுக்குள் நுழைவதுதான் அணிகளின் கனவு.

ரயில் நிலையத்திற்கு எதிரே இருக்கும் அந்தப் பழைய பெரிய கட்டடத்தின் நான்காவது தளத்தில், குருதிப்புனலில் கமல், நாசருக்கு நேராக லைட்டைக் காட்டுவாரே, அது போன்ற விளக்கு கேரம் போர்டுக்கு மட்டும் தொங்க, மும்முரமாய் ஆடிக்கொண்டிருப்பார்கள், அந்த நீண்ட ஹால் முழுக்க பத்துப் பதினைந்து போர்டுகள், அதன் மேல் விளக்குகள் என்று இருக்கும் இடத்தில் ஒரு மூலையில் கேஷியர் கூண்டு இருக்கும். அங்கு பணத்தைக் கட்டி பதிந்த கையோடு ஒரு அட்டைப்பெட்டி நிறைய பந்துகள் தருவார்கள். அந்த தோல் வாசனை, அந்த ரத்தச் சிவப்பு வண்ணம், ஏதோ உலகம் காலடியில் கிடந்து, ‘என்னை மிதித்து மேலேறு’ என கெஞ்சுவது போன்ற திமிர் தோன்ற வைக்கும்.

செழியன் அணியினர் சி டிவிஷன் ப்ளேயர்கள். செழியனைவிட மிகவும் மூத்த செட் ஆட்கள் அதிபன் அணியினர், ஏ டிவிஷன் ப்ளேயர்கள்.

ஓப்பனிங் பேட்ஸ்மேன், அதிபன் அண்ணன். அவருடைய அந்த அனல் பறக்கும் இடதுகை ஆட்டம், எந்நேரமும் சிரிக்கும் அந்த முகம், அதில் எப்போதும் ஏதேனும் ஒரு பாடலை முணுமுணுத்துக்கொண்டே இருக்கும் அவருடைய பழக்கம். அவுட் ஆகி வந்ததும் வியர்வை மழையில் நனைந்த டி-ஷர்ட்டை அப்படியே கிழித்துவிடுவது போல கழற்றி எறியும் ஸ்டைல், நரம்புகள் புடைத்து வெளித்தெரியும் கரங்கள், அந்த அதட்டல் தொனி, அப்டமன் கார்டை எடுத்து வெயிலில் எறிவது, சிகரெட் வைத்திருப்பவர் நோக்கி தலையை ஆட்டி கேட்கும் பாங்கு என செழியன் போன்றோரின் ஆதர்ச நாயகன்.

அந்த மதுரையில் அரிதாக, போஸ்டல் டிரெய்னிங், விமானநிலையம், மதுரைக்கல்லூரி என சில கிரவுண்டுகளில் மட்டும் பெண்கள் தட்டுப்படுவார்கள். அப்படித் தட்டுப்பட்டு, அவர்கள் அதிபன் ஆட்டத்தைப் பார்த்தால், அடுத்து எப்போது எனக் கேட்டு வந்து பார்ப்பார்கள். அப்படியான ஒரு வசீகர அதிரடி ஆட்டம் அவருடையது. அவரும் தண்ணீர் மலையும் இறங்கினார்கள் எனில் பெரும்பாலும் முப்பது ஓவர்கள்

நின்றுவிடுவார்கள். ஹிண்டுவின் மூலையில் அதிபன் பெயர் ஒவ்வொரு வாரமும் வந்துவிடும். செழியனுக்கு அப்போதிருந்த ஆகப்பெரிய கனவே அந்த ‘பேப்பரில் பேர் வந்துருக்கு’ என்பதுதான்.

செழியன், நண்பர்களுடன் அதிபனின் ஆட்டத்தைப் பார்க்க போகும் இடங்களில் எல்லாம் அந்தப் பெண்ணையும் பார்த்தான். மிக லேசான சுருள் முடி, சராசரிக்கும் சற்றே குறைவான உயரம், ஆனால் எப்போதும் உற்சாகம் கொப்புளிக்கும் சிரிப்பும் சத்தமுமாய் தன் தோழியர் சகிதம், நோட்டை கையில் சுழற்றியவாறு, கிரிக்கெட் பார்த்துக்கொண்டு அமர்ந்திருப்பதை முதலில் எதேச்சை என்றுதான் நினைத்தான். ஆனால் திட்டமிட்டு, அதிபன் ஆடும் செய்தி சேகரித்து வந்து பார்க்கிறாள் என்பது மூன்றாவது முறை பார்த்தபோது புரிந்தது.

செழியன் அவளைப் பொறுத்தவரை வயதில் குறைந்த ஜூனியர் என்பதால், சற்று அதட்டலாகத்தான் அழைத்தாள்.

“டேய் தம்பி, இங்க வா. நீ போன வாரமும் வந்தல்ல?”

“ஆமாக்கா.”

“அதி டீமா?”

இந்தக் கேள்வியே ஏதோ செழியனை காற்றில் பறக்கவைத்த உணர்வைத் தந்தது.

“இல்லல்ல, கேம் பார்க்க வந்தேன்.”

உடன் இருந்த பெண்கள், ‘அண்ணனாம்டீ, அப்ப தென்றல் அண்ணி’ என ஏதோ உலகின் அதியற்புத நகைச்சுவையை சொல்லிவிட்டது போல் சிரித்தார்கள்.

“இப்படித்தான் இவ்வளவு நேரமும் இத்தது செத்ததுக்குல்லாம் சிரிச்சுருக்காளுக மாப்ள” என்று சன்னமாக சொல்லிவிட்டு நடக்கத் துவங்கினான், வேல்முருகன்.

தென்றல், “உங்க அண்ணன் ஆட்டோகிராஃப் வேணுமே” என சிரிக்க,

“வாங்கித்தர்றேன்க்கா” என்றதும் மீண்டும் சிரிப்பு.

“அதிபன்”

என சத்தமாக குரல் கேட்க, டீக்கடையில் காசைக் கொடுத்துவிட்டு, கத்திய மருத்துவமனை பணியாளரை நோக்கி கையை ஆட்டி வருவதாக சைகை செய்தான், செழியன்.

அதிபன் பெட்டில் படுத்து தூங்கிக்கொண்டிருக்க, நெற்றியில் நான்கு தையல்கள், இடது கையில் எலும்பு முறிவுக்கான சிகிச்சை என கட்டுகள் போடப்பட்டிருந்தன.

எழுதிக்கொடுத்த மாத்திரைகள் மருந்துகள் என தேவையானவற்றை வாங்கிக் கொடுத்துவிட்டு, இன்னும் இரண்டு நாட்களில் டிஸ்சார்ஜ் என்ற தகவலையும் வாங்கிக்கொண்டு அதிபனின் கட்டில் முன்னர் நின்றிருந்தான் செழியன்.

எப்படி வாழ்ந்திருக்க வேண்டிய ஆள். கிரிக்கெட்டில் சாதித்ததெல்லாம் சரிதான். மிக நேர்மையான, கண்டிப்பான, அண்டர் 14 கிரிக்கெட் அணியின் செலக்ட்டர்களில் ஒருவன். ஒருவேளை திறமையான ஒரு ஆளை எடுக்காமல்கூட விட்டிருக்கலாம், ஆனால், அதிபன் ஒருநாளும் திறமையற்ற எவரையும் எந்த அழுத்தம் எத்திசையில் இருந்து வந்தாலும் வளைந்து கொடுத்து எடுத்ததில்லை எனும் பெயர் பெற்றவர்.

நாளின் பெரும்பான்மை நேரம் மைதானத்தில், சிறுவர்களோடும், மீதி நேரம் அறையில் குடி, தனிமை எனவும் நாட்களை நகர்த்திக்கொண்டிருக்கிறார். இந்த விரக்திக்குக் காரணம், தென்றல். அதிபனின் எல்லாமுமாக இருந்து இப்போது யாரோவாகிப் போன தென்றல்.

செழியனின் அலைபேசி ஒலிக்க, சட்டென அதை அழுத்தி சத்தம் நெரித்து வெளியேறினான்.

அனாமிகா.

”பாஸ், ஹோப் யுவர் ரூம் மேட் இஸ் ஆல் ரைட்.”

“கைண்ட் ஆஃப், யெஸ் டெல் மீ...”

“பாஸ், மதி அப்டேட் பண்ணா... உங்களுக்கு 12 மணி ஃப்ளைட் புக் பண்ணிருக்கேன். அங்க டைமிங் மேனேஜ் பண்ணிருவாளாம், யூ ஹேவ் டு ரஷ்.”

இதுதான் மதி. நிலமை உணர்ந்து என்னை தொல்லை பண்ணாமல், ஆனால் பரபரவென்று ஆகவேண்டியதைச் செய்துவிட்டுப் போய்விட்டாள்.

செழியன் சட்டென ஒரு பரபரப்பிற்குத் தயாரானான். முந்தைய நாள் இரவின் அதே பரபரப்பு, என்ன பேச வேண்டும், எப்படியெல்லாம் அதை அடுக்க வேண்டும் எனும் அதே நினைப்பு. இவ்வளவு நேரம், அதெல்லாம் ஒன்றுமே இல்லை என நினைத்தானே அது மீண்டும் விஸ்வரூபம் எடுக்க, இவ்வளவு நேரம் அவ்வளவு பெரிதாய் தெரிந்த அதிபன் அண்ணனின் நிலை இப்போது சட்டென சாதாரணமாகி, இரண்டு நாளில் சரி ஆகிவிடும் எனும் சமநிலையை அடைந்திருந்தது.

மணிக்கு அழைத்து விஷயத்தை சொல்லி, அதிபனைப் பார்த்துக்கொள்ள சொன்னதும் மீதமிருந்த அதிபன் கவலையும் முற்றாக முடிவுக்கு வந்தது. மணி, அடிக்கடி அறைக்கு வந்து அதிபனோடு குடிக்கும், பொது நண்பன். அதிபன் தலைமுறைக்கும் செழியன் தலைமுறைக்கும் இடைப்பட்ட தலைமுறை. கண்ணதாசன் பாடல்களில் தொடங்கி, இளையராஜாவை வியந்தோதி கடைசி ரவுண்டை முடிக்கும் நற்குடிகாரன்.

மருத்துவமனையில் இருந்து அறைக்கு வந்து குளித்து, பெட்டியைக் கட்டி, விமான நிலையம் விரைந்தான். மதியை அழைத்தான், நாட் ரீச்சபிள். ஏனோ அவளைக் கட்டியணைத்து முத்தமிட வேண்டும் போல் தோன்றியது அந்நொடியில் அவனுக்கு.

நமக்காக, நம் நலனிற்காக, எவ்வித கபடமுமின்றி நினைக்கும், வெறும் நினைப்பது மட்டுமன்றி, செயல்பட்டு, உடன் நின்று அந்நேரத்தில் அந்நொடியில் என்ன தேவையோ அதை மிகத்

தெளிவாக செயல்படுத்தும் ஆட்கள் கிடைப்பது வரம். அவனின் வரம், மதி என அந்நொடியில் நினைத்தான். நினைத்த நொடியில் மீண்டும் அழைத்தான். தொடர்பு எல்லைக்கு வெளியில் இருந்தது எண்.

பரபரப்புகள் அடங்கி, இருக்கையில் அமர்ந்து, மணிக்கு ஒரு முறை அழைத்து மருத்துவமனை நிலைமையும் அறிந்துகொண்டான்.

கடைசி முயற்சியாக மொபைலை எடுக்க, ‘வேண்டாமே, ஸ்விட் ஆஃப் ப்ளீஸ்’ எனும் சொற்களை, கண்களை இடுக்கி, சிரித்தே உணர்த்தினாள், விமானப் பணிமலர். சரி என்பதுபோல் பதிலுக்குச் சிரித்து, கிளம்பிவிட்ட தகவலைத் தட்டிவிட்டு, மொபைலை ஃப்ளைட் மோடுக்கு மாற்றி, எமர்ஜென்ஸி இருக்கை கொடுத்த அதிகப்படியான இடத்தில் வசதியாக காலை நீட்டி இரண்டரை மணி நேரம் தூங்கலாம் என முடிவெடுத்துத் தயாராகும்போது அந்தக் குரல் கேட்டு நிமிர்ந்தான்.

“எக்ஸ்கியூஸ் மீ...”

சிரித்து ‘யெஸ்...” என கேட்க, ஜன்னல் பக்கத்தைத் தனக்குத் தரமுடியுமா என மிக நாகரிகமான ஆங்கிலத்தில் வினவினாள்.

சீட் பெல்ட்டை விடுவித்து, எழுந்து, வழிவிட்டு, அமரும் வரை அவன் மனதில் அத்தனை அத்தனை அலைகள், புயல்காற்று என எல்லாமும்கலந்துஅடித்துக்கொண்டிருந்தது. எவ்வளவு முடியுமோ அவ்வளவு அடக்கிக்கொண்டிருந்தவன், அவள் அமர்ந்து சகஜ நிலையை அடைந்ததும் மிக மெல்லிய குரலில் கேட்டான்.

“நீ...ங்க... மிஸ்.தென்றல்?”

‘ஆம்‘ எனும் ஆச்சர்யத்தோடு அவனைப் பார்த்தாள்.

அத்தியாயம் 3

காதல் முற்றுபெற்ற நிலை;

மீண்டும் அதே காதலைக் கிளர்த்தும் உலை,

தாஜ்மஹால்

எப்போதும் பரபரப்பாக இருக்கும் டெல்லி விமான நிலையத்தில் இறங்கி அதைவிட பரபரப்பாக ஓடி, அவனுக்காய் காத்திருந்த வண்டியைப் பற்றி, பாய்ந்தான்.

அலுவலகம் அடையும்வரை ஒருவித பதற்றம் மதியிடம் இருந்து. எந்தத் தகவலும் இல்லை. மீட்டிங்கில் இருக்கிறாள் என மூளைக்குப் புரிந்தது. ஆனால், அவன் மனம் நொடிக்கொருமுறை மொபைலைப் பார்க்க இட்ட கட்டளையைக் கண்கள் செவ்வனே செய்துகொண்டிருந்தன.

ஒவ்வொரு முறை டெல்லி வரும்போதும் அவன் நினைப்பதுதான். டெல்லி மக்களுக்கும் தென்னிந்தியர்களுக்கும் உள்ள அடிப்படை வேறுபாடு, அலட்சியம். இதோ இந்த ஓட்டுநர் போல் இவ்வளவு அலட்சியமாய் பான்பராக் போட்டு அவ்வப்போது

கதவைத் திறந்து துப்பிக்கொண்டும், கெட்டவார்த்தைகளில் மதர்சோத் பேஞ்சூத் என அத்தனை வித பெண் உறவுகளையும் இழிவாய் வசைபாடிக்கொண்டே, பஞ்சாபி பாடல்களை சத்தமாய் வைத்துக்கொண்டு என அலட்சியமான வாழ்க்கை வாழ்பவர்கள், மாறவில்லை இங்கு என மீண்டும் நினைத்துக்கொண்டான்.

அதனால்தான் டெல்லியில் இருக்கும் முக்கிய கம்பெனிகளில் முக்கிய பொறுப்பில் பெரும்பாலும் மலையாளிகளும் சிறுபான்மையாக தமிழ், தெலுங்கர்கள் இருப்பார்கள்.

அலுவலகம் அடைந்து, நீண்ட நெடும் காரிடார்கள் கடந்து மீட்டிங் நடக்கும் கான்ஃபிரன்ஸ் அறைக்குள் நுழைந்ததும் ஒரு திடுக் அமைதியும், திம்மென்ற வாசமும் அவனைச் சூழ்ந்தன. ஒரு நொடி அனைவரும் திரும்ப, இயக்குநர்களில்

ஒருவரான பேரிளம்பெண், ரித்து மல்ஹோத்ரா தன் கடுகடுப்பான முகத்தை சற்று இலகுவாக்கி,

"குட் டு சீ யூ அகெய்ன் மை டியர் யங் எனர்ஜிட்டிக்."

என்றதும், "நன்றி மிஸ் மல்ஹோத்ரா" என்று இருக்கையில் அமர்ந்துகொண்டே மதியைத் தேடினான். எவராவது பாராட்டினால், வியந்தால், உடனே அதைத் தனக்கானவளிடம் சேர்ப்பிக்க வேண்டுமே என்ற இந்த குழந்தைத்தனம் அவனுக்கு எப்போதும் உண்டு. அவன் தேடுவதைப் பார்த்த மதி இன்னும் சற்று தாழ்ந்து மறைந்து அமர்ந்துகொண்டாள்,

தேடட்டும் என.

அதிபன் அண்ணனின் விபத்து, திடீர் கேன்சல் பின்னர் மீண்டும் திடீர்ப் பயணம் என ஒருவித குழப்ப மனநிலையால், முதலில் சற்று தடுமாறித்தான் பேச ஆரம்பித்தான். அவன் தடுமாற்றம் பார்த்து, மதி அவன் பார்க்கும் வண்ணம் நிமிர்ந்து அமர்ந்து, அவள் எப்போதும் சொல்லும் "ஒன்னும் இல்ல... பாத்துக்கலாம்" எனும் சொற்களை அவனுக்குப் புரியும் வண்ணம் கண்களால் சொன்னாள். ஆமோதித்து தலையாட்டியவன், பின்னர் தன் வழக்கமான உற்சாகத்திற்குள் புகத் துவங்கினான்.

"இந்த மோசமான சூழலில் நம்முடைய இவ்வளவு பெரிய நிறுவனம் செய்ய வேண்டியது என என்னைக்கேட்டால்,

ஒன்று முன்பைவிடவும் அதிக ஆக்ரோஷமாக இறங்க வேண்டும், வெளி உலகத்தையும் வாடிக்கையாளர்களையும் விடுங்கள், நம் பணியாளர்களை முன்பு போல் விரட்டி, கேள்விகள் கேட்டு முன்பைவிடவும் அதிகமாக வேலையில் ஓட வைக்க வேண்டும்,

அல்லது,

நம் பணியாளர்களிடம் வெளிப்படையாக இருக்க வேண்டும்... இந்தக்கடும் சூழலால் உள்ளான நிதி நெருக்கடியால் நிறுவனத்தின் பொருளாதாரம் சீர்குலைந்துதான் இருக்கிறது, ஆதலால் இத்தனை மாதம் வரை இதுதான் நடக்கப்

போகிறது என அடுத்த ஒன்பது மாதங்களுக்கான மூன்று காலாண்டு திட்டத்தை வெளியிடுவோம்.

இந்த இரண்டில் முதலாவது, பணியாளர்களை வேறு எதையும் நோக்கி சிந்திக்க வைக்காது, எதிர்மறை எண்ணங்கள் பிறக்காது, வழக்கம்போல வேலையைச் செய்வார்கள். அல்லது இரண்டாவது எனில், அதற்கேற்ப அவர்களின் மனநிலை

அமைத்துக்கொள்வார்கள்.

நாம் இப்போது அவர்களை இருளில் வைத்திருக்கிறோம்'' என மிகத் தெளிவாக உணரவைத்தான்.

ஆமோதித்த இயக்குநர்கள், இந்தச் சூழலை சமாளிக்கும்விதமாய் என்ன வேண்டுமானாலும் செய்துகொள், அதிகாரம் கொடுக்கிறோம் என ஒருமனதாக சொல்ல, அத்தனை பேரின் கைதட்டல்களிலும் மதியின் கைதட்டல் அவ்வளவு தனியாகவும் தெளிவாகவும் கேட்டது எழில் செழியனுக்கு.

மீட்டிங் முடிந்ததும் அருண் குப்தா முதல் ஆளாக வந்து கை கொடுத்தான். அவன் அன்று காலையில் அசத்தி இருந்ததாக நினைத்திருந்தான். அதைத் தகர்த்திருந்தான் செழியன். அதனால்தான் அந்த ஆழ்மன வெறுப்பின் கைகுலுக்கல்.

''ஷார்ப் 8, அட் காக்டெய்ல்''

என கம்பெனியின் ஜலதரங்கப் ப்ரியர், அமித் ஜெயின் அறிவிக்க, அறைகள் நோக்கி அனைவரும் நகர்ந்தனர்.

''பாஸ் வழக்கம் போல கலக்கல்!''

சொன்ன மதி, நீட்டிய கையை அப்படியே இழுத்து அழுத்தமாக கை குலுக்கினான் செழியன்.

“தேங்க்ஸ் மதி, இன்னிக்கு நீ மட்டும் இல்லேன்னா...”

“இல்லேன்னா உனக்கு பதில் நான் குடுத்துருப்பேன் பிரசன்டேஷன், சிம்ப்பிள்.”

“எதே?”

சிரித்து தோள் குலுக்கினாள்.

“அடப்பாவி” என்று சிரித்தான்.

“அப்புறம் என்ன... காலைல வாடான்னா ஆஸ்பத்திரில ஒக்காந்துட்டு, வரல, அது இதுன்னு, இப்பிடி ஆகிருச்சுன்னு எங்கிட்ட ஒரு அஞ்சு நிமிசம் பேசி இருந்தா, காலைலயே ஒரு முடிவுக்கு வந்து, இன்னும் ஈஸியா சிச்சுவேஷன ஹேண்டில் பண்ணிருக்கலாமே... மிஸ்டர் பர்ஃபெக்ட்னு நினைச்சுட்டு இருக்குற இடியட்!”

அவளை நோக்கி போதும் என்பது போல் கையைக் காட்டி,

“நைட் பார்ட்டி, முடிச்சிட்டு ரூமுக்கு...”

என இழுக்க, இரண்டு விரல்களையும் கத்தரி போல் விரித்து, கட் செய்வதுபோல் செய்கை காட்டினாள், செழியன் சிரிக்க,

“கெட் லாஸ்ட்!”

“அல்ரெடி, உனக்குள் தொலைந்தேன்.”

“பார்றா, கவித!”

“இன்னும் பெட்டரா, வாண்ட் டு கெட் லாஸ்ட் இன் யூ... இது கரெக்ட்டா பொருந்தும்ல” என கண் அடித்தான்.

இரவு 8 மணி

மதி, வெள்ளை நிற காட்டன் ஷர்ட்டும், டெனிம் ப்ளூ ஜீன்ஸுமாக அலட்சிய அட்டகாசத்தில் மிளிர்ந்தாள். மேகியைக் கிண்டிவைத்தது போன்ற முடியை அப்படியே விட்டிருந்தாள். மிக மெலிதாய் கண்மை தீட்டி இருந்தாள், அதைவிடவும் மெலிதாய் கொலுசு அணிவாள்... இன்று ஜீன்ஸ் என்பதால் கழட்டிவைத்திருந்தாள். மென்மெலிதுகளின் ரசிகையவள்.

செழியன் வழக்கம்போல கறுப்பு சட்டையில் கையை மடித்து பட்டன் போட்ட ரோலிங் ஸ்லீவ்ஸுமாக வந்தான்.

“ஒன்ன யார்டா கறுப்பு போட சொன்னது?” மதி அவனை அருகில் இழுத்துக் கேட்க, பெருமையாக உணர்ந்தான். நன்றாக இருந்தால் மட்டுமே அந்த கோவம் வரும் அவளுக்கு.

இருவரும் பார்ட்டி நடக்கும் இடத்தை அடைந்தார்கள்

அந்த நட்சத்திர ஹோட்டலில் ஒரு தளம், குடிகாரர்களின் கூடலில் ஜொலித்தது. கையில் க்ளாஸை மிக நளினமாகப் பற்றிக்கொண்டு செழியனிடம்

“ஐ லைக்ட் தட் லைன் செஸியன். *Either be aggressive or be transparent... good one!”*

“தேங்க்யூ மிஸஸ் மல்ஹோத்ரா, இட்ஸ் ழி, செழியன் நாட் ஸி” என சிரித்தான்.

அவுட் ஆஃப் ஃபோக்கஸில் மதி ஓஹோ என்றாள்.

நாகரீகமாய் மல்ஹோத்ராவிடம் நகர்ந்து மதியிடம் ஓடினான்.

“டேய் கெழவிடா அவ, ச்சைய்க்!”

சிரித்தாள்,

“அய்ய, ஒரு கிரேக்க மூக்கி என் கூட இருக்கும்போது எனக்கெதுக்கு கெழவியும் கிழவியும்?”

“சரி, டோண்ட் ஓவர்போட், அளவாக் குடி. நாளைக்கு 6 மணி ஃப்ளைட்.”

“நீ மட்டும்தான் ப்ளான்லாம் மாத்துவியா, ஃப்ளைட்லாம் கேன்சல் பண்ணுவியா? நாங்களும்தான்”

“வாட்?”

“யெஸ், நாளைக்கு நாம ஊருக்குப் போகல”

“விளையாடாத செழி, கரெக்ட்டா சொல்லு என்ன செய்யப்போற”

“சொல்லணுமா செய்யணுமா?”

“த்தூ, எத்தன ரவுண்ட்டா அடிச்ச கிறுக்குப்பயலே?”

“பார்க்க இவ்ளோ டீசன்ட்டா, ஒயரமா ஒய்யாரமா தபுக்கு பொண்ணு மாதிரி இருந்துட்டு, வாயத் திறந்தா இப்பிடி கழுவிக்கழுவி ஊத்துறயே..எப்பிடி இப்பிடி?”

“நீ மட்டும்? ஆள் பார்க்க இப்பிடி இருந்துட்டு, கோவம் வந்தா ஊர்ல இருக்குற அத்தன லாங்வேஜ் கெட்டவார்த்தையையும் யூஸ் பண்றல்ல அப்பிடித்தான்!”

“பார்க்க இப்பிடின்னயே... எப்பிடி, சொல்லேன்...”

“அல்ரெடி ஏறிருச்சு ஒனக்கு, சொன்னா இன்னும் ஏறிக்கும்” சொல்லிவிட்டு தட் தட் என நடந்து போனாள்..அதிர்வை ரசித்துக்கொண்டு நின்றிருந்தான் செழியன்.

அதிகாலையில் கிளம்பி, ஆக்ரா அடைந்துவிட்டிருந்தார்கள் இருவரும். வாகனம் நிறுத்துமிடத்திலிருந்து நடக்கும்போதே ஒருவித எல்லாம்கலந்த உணர்வு, இருவருக்குள்ளும். அதுவே ஒருவித மௌனத்தை ஏற்படுத்தி இருந்தது. சிறிய

தெருக்கள், சந்துகள் என கடக்கும்போது, சிறுவர் சிறுமிகள் கையில் சின்னஞ்சிறு தாஜ்மஹால் வைத்து விற்றுக்கொண்டிருந்தார்கள்.

எத்தனை வருடங்களாக, காதல் என்றாலே தாஜ்மஹால் என பாடல்களில் படங்களில் கதைகளில் பார்த்து படித்து கேட்டு வளர்ந்து, இன்று அப்படி என்னதான் இருக்கிறது என்று பார்த்துவிடலாம் எனும் எண்ணம்.

எந்தவித அறிகுறியும் தென்படாத, சிறு தெருக்களைக் கடந்து நுழைவாயில் போகும்வரையில்கூட அப்படி ஒரு காட்சி கண் முன் வரப்போகிறது என்றே தோன்றவில்லை இருவருக்கும். இதுவரை காதல் குறித்து எழுதப்பட்ட அத்தனை சொற்களையும் நேர் வைத்தாலும் அந்தக் கட்டடத்தின் ஒற்றைப் பளிங்கு கல்லிற்கு ஈடாது எனத் தோன்றியது

செழியனுக்கு. ஆம். அப்படியான ஒரு திடுக் பிரமாண்டம் அந்தச்சின்னச்சிறு வாசல் வழியே கண்ணில் தென்பட்ட நொடியில் கிடைத்த பிரமாண்ட பேரெழில் காதல் சின்னம். சட்டென்று மூச்சடைக்கும் வண்ணம் திகைத்த வைத்தது இருவரையும்.

“ஹேய், எதிரே பார்க்கல இல்ல, நான் ஏதோ தூரத்துல இருந்தே பில்டிங் தெரியும், எங்க காணோம்னு பார்த்துட்டே வந்தா...”

என மதி சொற்களை மென்று விழுங்கிக்கொண்டே நிமிர்ந்து பார்த்தாள். செழியனுக்கு இன்னும் வார்த்தைகள் வரவில்லை. எவருடைய பேரையாவது மறுபடி மறுபடி சொன்னால் ஒருவித அமானுஷயத் தன்மை வருவது போல, அந்தக் கட்டடத்தை

உற்றுப் பார்க்கப் பார்க்க அவனுள் ஏதோ ஒரு வித மாற்றம், ஒரு பரவசநிலை.

குறிப்பாக, மும்தாஜின் நினைவாக கட்டப்பட்டது தாஜ்மஹால். ஆனால், தாஜ்மஹால் என்றதும் இன்றுவரை முதலில் நினைவிற்கு வருவது ஷாஜஹான்தானே! நாம் நம் அன்பிற்குரியவருக்கு ஏதேனும் ஒன்றை மனதார, உண்மையான காதலோடு செய்தால்,காலம் அதை எப்படியெல்லாம் தக்கவைத்துக்கொள்கிறது என்பதன் காலதிகால உதாரணம் ஷாஜஹான்தான் என்றும் தோன்றியது செழியனுக்கு.

அவனையும் அறியாமல் அவன் கைகள் மதியின் விரல்களைப் பிடித்தன. அதற்கு முன்னரே மதியின் விரல்கள் அவன் கரப்பிடித்தலுக்காக நீண்டிருந்தன. விதவிதமாய் நின்று புகைப்படம் எடுத்துக்கொண்டிருந்தார்கள்... முன்னாள்

காதலர்கள், இன்னாள் குடும்பங்கள், அதில் எவர் எவருக்குத் தன் இழந்த காதல் நினைவிற்கு வந்தனவோ.

காதலியோடு தாஜ்மஹால் முன் நிற்றல் என்பது ஏதோ ஒன்றை சாதித்துவிட்ட, தானே அந்த பிரமாண்ட பேரெழிலைக் கட்டி நிமிர்த்திவிட்ட நினைப்பு வந்துவிடும் போல. அப்படித்தான் நின்றிருந்தான் செழியன். அவன் தோள்களில் தொங்கிக்கொண்டு

கட்டட அழகை ரசித்துக்கொண்டிருந்தாள் மதி. உண்மையில் அவளுக்கு அந்தக் கட்டடம் எல்லாம் பெரிய விஷயமாகத் தோன்றவில்லை. அந்த சூழல், செழியனின் தோள், அந்த நொடி, அதை அனுபவிக்கும் மனம். அந்த அமைதியான சூழலில் அவள் முகத்தில் படர்ந்து அமர்ந்து கடந்தது தென்றல்..

இருவருமே அந்த அழகிய காதல் கட்டடத்தின் முன், தலை நிமிர்த்தி, கண்கள் மூடி, இறுக அணைத்துக்கொண்டு நின்றிருந்தார்கள். அங்கு சுற்றிக்கொண்டிருந்த புகைப்படக் கலைஞன் அதை ரசித்து, அவர்களை இடையூறு செய்யாமல், அவர்கள் அப்படி காதல் நிமித்தம் மெய்மறந்து நிற்கும் அற்புதக் காட்சியைப் புகைப்படமாக எடுத்துக்கொண்டிருந்தான்.

அத்தியாயம் 4

நாட்பட்ட பிரிவிற்கென்று தனியாக ஓர் உணர்வில்லை.

அது உடலின் அங்கம் போல் ஆகிவிடுகிறது.

"மீட்டிங் முடிச்சு ஒடனே வந்துருவேன்னு சொன்ன, ரெண்டு நாள் பட்றயப் போட்ட டெல்லில, எதுவும் பிரச்சன இல்லையே கம்பெனில?"

அதிபன் அண்ணன் தையல் பிரித்த இடத்தை இதமாகத் தடவிக்கொண்டே கேட்க, செழியன் சிரித்தான்.

"அதெல்லாம் ஒன்னும் இல்லண்ணே, அப்பிடியே மதியோட ஜாலியா தாஜ்மஹால் போனேன், செமயா இருந்துச்சு. யப்பா, என்னா பிரமாண்டம். ஆனா, அந்த அழக ரசிக்கமுடியாதபடி ஒரு சோகம் உள்ள ஓடுச்சு, ஏன்னே தெரியல."

அதிபன் சிரித்துக்கொண்டே, குரலை ஒருமுறை செருமி,

"ஏன்னா, அந்த எழவெடுத்த காதல்னாலே சோகம்தானடா" என்று எழுந்துகொண்டே சொன்னதும் செழியன் அதற்குக் காத்திருந்தது போல் ஆரம்பித்தான்.

"எங்க எந்திரிக்கிறீங்க, ஒக்காருங்க. முக்கியத்துலயும் முக்கியமான விஷயம் பேசணும்..."

சொல்லிக்கொண்டே தன் பயணப் பைகளை பிரித்து எறிந்துவிட்டு ஷார்ட்ஸ் போட்டு, முகம் கழுவி துடைத்துக்கொண்டே வந்து அதிபனுக்கு எதிரே கிடந்த பீன்பேகில் அமர்ந்தான். எவ்வளவு சுகம் தேவைப்படுகிறது மனிதர்களுக்கு. பறவை அமர்ந்துவிடுமோ, திருடன் ஏறிவிடுவானோ என சுற்றுச்சுவரில் எல்லாம் கண்ணாடியைப் பதிக்கும் மனிதர்கள், பறவை அமரும் மரங்களை வெட்டி விதவிதமாய் நாற்காலிகள்

என இழைத்தது போதாதென, இப்படி இன்னும் சுகம் தேடி, பீன் பேகுகள்குஷன்கள்எனநம்அசைவிற்குஏற்பநெகிழ்த்திக்கொண்டு நம்மைத் தாங்க வேண்டும் என்ற நோக்கத்தோடு தேவைகளை நோக்கி நகர்கிறோம். செழியன் அப்படித்தான் ஒரு யவ்வனமான நிலைக்குத் தன்னை ஆட்படுத்திக்கொண்டு பேச ஆரம்பித்தான்.

“அண்ணே, நான் போகும்போது ஃப்ளைட்ல என் பக்கத்துல யார் தெரியுமா ஒக்காந்திருந்தாங்க?”

அதிபன் கொட்டாவி விட்டு, இரு கைகளையும் இணைத்து முறுக்கி சோம்பல் முறிக்க, அந்த விளையாடி இறுகிய ஈட்டி போன்ற உடல் சடசடவென சொடுக்குகளை விடுவித்து அவனை அந்த நாளுக்குத் தயாராக்கியது.

“என்ன, அந்தப் பொண்ணு, பேரென்ன மதியோ சுதியோ, அது வெயிட் பண்ணி, சர்ப்ரைஸ் பண்ணுச்சா? எல்லாம் பண்ணுவாளுக.”

“அய்ய, இல்லண்ணே, நம்மாளு எதுமாதிரியும் இல்லாத புதுமாதிரி மாடல், இப்பிடில்லாம் எதிர்பார்த்தா த்தூன்னு துப்புவா, ஆனா, எதிர்பார்க்காத நேரத்துல டக்குனு ஒன்ன பண்ணிவிட்ருவா.”

அதிபன், செழியனை நிமிர்ந்து பார்த்தான். அப்பார்வை... அருவியில் குளித்துத் திளைத்த ஒருவன், அந்த அருவியை ஆவென தள்ளிநின்று வேடிக்கை பார்க்கும் சிறுவனைப் பார்த்து பற்கள் இடுங்க புன்னகைப்பது போல் இருந்தது.

“சர்றா சொல்லு, எதுவும் நடிகையா?” தீப்பெட்டியை ஆட்டி, உள்ளே குச்சி இருக்கிறதா என பார்த்துக்கொண்டே கேட்ட அதிபனை பட்டெனத் திரும்ப வைத்தது செழியனின் பதில்

“தென்றல் அக்காவ!”

“வாட்? க்ராப்!”

“ஓ யெஸ், அதே தென்றல், அதே அக்கா, அதே முகம், அதே சிரிப்பு...”

அதிபன் கை அனிச்சையாக வாயில் தொடுக்கிக்கொண்டு பற்ற வைக்கக் காத்திருந்த சிகரெட்டை உருவியது. மேல்வரிசைப் பற்களால் கீழுதடையும் தாடையில் படிந்திருந்த தாடி முடிகளையும் சேர்த்துக் கடித்து உள்ளிழுத்தான். செழியனைப் பார்த்தான். அப்பார்வையில் அத்தனை பரிதாபம். அதை உணர்ந்த செழியன்,

“அதிபன் அண்ணே, உங்க பேர சொல்லும்போது அவங்கப் பட்ட வெட்கமும் அந்த பதற்றமும்...”

சொல்லிக்கொண்டிருந்த செழியனை எப்படி அவ்வளவு குறைந்த நொடியில் எகிறிப் பிடித்தான் அதிபன் என்பது செழியனுக்கு ஆச்சர்யமாய் இருந்தது. அப்படி ஆச்சர்யப்படவிடவில்லை அதிபனின் பிடி. சட்டை காலரைப் பற்றி, செழியனை தூக்கிய அதிபன் கண்கள் நெருப்பு போல் தகித்தன. அவ்வளவு நெருக்கத்தில் அதிபனின் கோப முகம், காய்ந்துகொண்டிருந்த புண் என எல்லாமும் சேர்த்து ஒரு நொடி செழியனை கதிகலங்க வைத்துவிட்டது.

ஒன்றும் பேசாமல் சட்டென செழியனை விடுவிக்க, அவன் பீன் பேகில் சரிந்து, சுதாரித்து எழுந்து,

“ஸாரிண்ணே, நான் நேரா அவங்க சொன்ன டீட்யெல் சொல்லி இருக்கணும், மை பேட்...” தன் டி-ஷர்ட்டின் கசங்கிய காலரை சரிசெய்துகொண்டே சொன்னான்.

கைகள் நடுங்க, சிகரெட்டைப் பற்ற வைத்த அதிபன், மிக மிக நிதானமாய் புகையை உள்ளிழுத்து, அதைவிட அதிக நிதானமாய் தவணை முறையில் புகையை விடுவித்துக்கொண்டே இருந்தான்.

“சிகரெட் வாசனையோட இங்க வரக்கூடாது, இது முதல் நாள்ன்றதால எக்ஸ்கியூஸ் பண்றேன், கம் இன்...”

நல்ல உயரத்தில், நல்ல கணீர் குரலில் ஒரு புரொஃபசருக்கான அதட்டலுடன் அதிபனை அந்த முதுகலை அறிவியல் வகுப்பின் முதல் நாளில் வரவேற்றார்.

அவனின் அசட்டையான உடல்மொழி, கலைந்த தலைமுடி, மூன்று நாள் தாடி என அந்த வகுப்பிற்கு அந்நியமாகப்பட்டான். மற்றவர்கள் திவ்யமாக அமர்ந்திருந்தார்கள்.

எல்லோரும் பின்வரிசை இருக்கைகளை ஆக்கிரமித்துவிட்டதால் வேறு வழியின்றி முன் வரிசையின் ஒரு மூலையில் போய் அமர்ந்தான்.

"லெட்ஸ் கண்ட்டினியூ" என தொடர்ந்தார். மூன்றாவது வரிசையில் ஒரு பெண் எழுந்து, "ஐ'ம் மாலதி, என்னோட ஹாபி, ம்ம் பாட்டு கேட்குறது... திறமை, சிங்கிங்."

அதிபனுக்குப் புரிந்தது. முதுநிலை என்பதால் கொஞ்சம் ரிலாக்ஸ்டாகவும் முதிர்ச்சியாகவும் இருக்கும் என்று நம்பியிருந்தான். ஆனால், பள்ளி வகுப்பு போல அவரவர் திறமை கிறமை என ஆரம்பமே இப்படி இருக்கிறதே என யோசிக்கும்போதே அடுத்த மாணவன் பெயரையும் திறமை என்பதில் பெரிய கிரிக்கெட் ப்ளேயர் என்பதைச் சொல்வதும் காதில் கேட்டது.

பேராசிரியர் அதிபனை நோக்கி, "உங்க பேர், திறமை சொல்லுங்க, தயவுசெஞ்சு கிரிக்கெட்ட விட்ருங்க. பாவம் பொழச்சுப் போகட்டும். இந்த கிளாஸ்ல எல்லாருமே அதத்தான் சொல்லிருக்காங்க."

அதிபன் ஒருமுறைத் திரும்பி அனைவரையும் பார்த்தான். பேனாவைக் குறுக்காகப் பிடித்துத் தட்டிகொண்டே ஏளனமாகப் பார்த்தார்கள் எல்லோரும், ஓரிடத்திற்கு சற்று தாமதமாக வந்ததால் இவ்வளவுமுமா என யோசித்துக்கொண்டே,

"அதிபன் ராஜேந்திரன். திறம... நத்திங். அப்பிடி சொல்றமாதிரி ஒன்னுமில்ல சார்."

"தெரியுது தம்பி, ஒக்காருங்க"

அப்படிச் சொன்னதும் மொத்த வகுப்பறையும் கொல்லெனச் சிரிக்க, அப்போது பியூன் ஒரு சர்க்குலரை எடுத்துக்கொண்டு வந்து கொடுத்தார்.

அதை வாசித்த பேராசிரியர், சத்தமாக,

“நாளைக்கு காலைல நம்ம காலேஜ் கிரவுண்ட்ல இண்டர்காலேஜ் கிரிக்கெட் மேட்ச் ஆரம்பிக்குது. நம்ம காலேஜ் டீம்தான் ரொம்ப ஃபேமஸ்னு இங்க யூ.ஜி பண்ணவங்களுக்குத் தெரியும். புதுசா வந்தவங்களும் தெரிஞ்சுக்கோங்க, பிரின்ஸிபால் உங்க எல்லாரையும் காலைல கிரவுண்ட்ல ஆஜர் ஆகச்சொல்லிருக்காரு, நம்ம காலேஜ் டீமுக்கு சப்போர்ட் பண்ணணுமாம்.. இஸ் தட் க்ளியர்?”

ஏற்கெனவே கிரிக்கெட்தான் தங்கள் தனித்திறமை என சொன்ன மாணவர்கள் அனைவரும் ஆரவாரமாக வரவேற்றார்கள்.

“ஷ்யூர் சார்!”

“இப்பிடித்தான் சொல்வீங்க, பட் ஐ நீட் 100% அட்டெண்டன்ஸ், இங்க, திறமைல, படிப்பு, டிஸிப்ளின்னுல்லாம் ஒரு பொண்ணு சொன்னாங்களே...”

என இழுத்து அந்த திசையில் திரும்ப, ஒரு பெண் எழுந்து,

“யெஸ் சார்.”

“ஆங், என்ன பேர் சொன்னீங்க?”

“தென்றல் சார்.”

“தென்றல், நாளைக்கு இந்த டிபார்மெண்ட் மொத்தமும் கிரவுண்ட்ல இருக்கணும், இட்ஸ் யுவர் ரெஸ்பான்ஸிபிலிட்டி, அட்டண்டென்ஸ் எடுத்து கன்ஃபார்ம் பண்ணுங்க நாளைக்கு.”

“ஷ்யூர் சார்”

என தென்றல் முகம் மலர்ந்து அமரும்போது எதேச்சையாக அதிபனைப் பார்க்க

அவன் தலையில் அடித்துக்கொள்வது கண்ணில் பட, இவன் வரமாட்டான் என அவள் உள்ளுணர்வு சொல்லியது.

கல்லூரியின் பாதிக் கூட்டம் அந்தக் காலையில் அங்கு குழுமி இருந்தது. பிரின்ஸிபாலின் அறிக்கை செய்த வேலை

என்பதைவிட முக்கியமாய் கல்லூரியின் கிரிக்கெட் டீம் அவ்வளவு பெயர்பெற்றது. தண்ணீர்மலை மற்றும் கருணாமூர்த்தி என ஸ்டார் ப்ளேயர்கள், அங்கு கிரிக்கெட் ஆடவென்றே சேர்த்துக்கொள்ளப்பட்டவர்கள். கடந்த இரண்டு ஆண்டுகளில் அவர்களின் வெற்றிகள், அதிரடிகள் என கல்லூரியில் அதுகுறித்து பேசாத நாட்களே இல்லை எனலாம். குறிப்பாக கருணாவிற்கு ஏகப்பட்ட மாணவிகள் ரசிகைகளாக இருந்தார்கள்.

தென்றல், நன்றாகப் படிக்கும் பெண்ணிற்குரிய அத்தனை கலையம்சங்களுடன், ஒரு குயர் நோட்டு சகிதம் பெயர்களைக் கேட்டு எழுதிக்கொண்டிருந்தாள், கிட்டத்தட்ட அனைவருமே வந்துவிட்டிருந்தார்கள் அவளுடைய டிபார்ட்மெண்ட்டில். ஒரு மாணவி முதலிலேயே அவளிடம் வரமுடியாது என காரணம் சொன்னதையும் தவறாமல் எழுதிக் குறிப்பிட்டு, தன்னுடைய டிபார்ட்மெண்ட் *HOD*-யைத் தேடினாள்.

அவர் மற்ற ஆசிரியர்களோடு நின்று பேசிக்கொண்டிருக்க, தயக்கமாய் அருகே போய் நின்றாள். அவர் கவனித்து என்ன என்பதுபோல பார்க்க,

“சார், அல்மோஸ்ட் எல்லாரும் ப்ரசன்ட்” என நோட்டை நீட்ட, அவர் கலகலவென சிரிக்கத் துவங்கினார்.

“ஏம்மா சீரியஸாவே எடுத்துக்கிட்டயா? போஸ்ட் கிராஜுவேட் ஸ்டூண்டன்ஸ்ம்மா நீங்கள்லாம்...”

தென்றலுக்கு என்னவோ போல் ஆனது. அவர் சட்டென நிமிர்ந்து

“யாரந்த ஒரு A அதுவும் இண்ட்டு மார்க்ஸ்?”

அதற்குக் காத்திருந்தவள் போல், *“சார் நேத்து லேட்டா வந்தானே, வந்தாரே... நேம் சரியா நோட் பண்ணல.”*

“ஓ அந்தப் பையனா, விடும்மா அவன்லாம் கோர்ஸே கம்ப்ளீட் பண்ணாம ட்ராப் அவுட் ஆகுற கேஸ், எனிவே தேங்க்யூ” என மீண்டும் தன் குழு ஆசிரியர்களுடன் சென்று சேர்ந்துகொண்டார்.

தென்றல், தன் இடத்திற்கு வந்து அமர, அவளிடம் நெருக்கமாக பழக நினைத்த பெண்கள் சூழ்ந்துகொண்டு பேச ஆரம்பித்தார்கள்

"ஹே ஃபுல் டே இன்னிக்கு போயிருமாயா?"

அப்போது அணியினர் மைதானத்திற்குள் நுழைந்துகொண்டிருந்தார்கள்.

எல்லோரும் வெள்ளை நிற உடையில், கறுப்புக் கண்ணாடி, தொப்பி என மிக நன்றாக இருந்தது பார்க்கவே தென்றலுக்கு. அதுவரை டி.வி-யில் அரசல் புரசலாக பார்த்த காட்சி, அங்கே நேரில் அரங்கேறியது போல் பட்டது அவளுக்கு.

அவளுடைய வகுப்பில், கிரிக்கெட் திறமையாளர்கள் அனைவரும் தங்கள் வகுப்புத் தோழிகளை வசீகரித்துவிடும் ஆசையில், கிரிக்கெட் வீரர்கள் போல் கையைச் சுழற்றுவதும் பேட்டிங் பிடிப்பது போலும் பாவனைகள் செய்துகொண்டு மாணவிகளிடம் பேச எத்தனித்துக் கொண்டிருந்தார்கள்.

"நானும் நெனச்சேன்ய்யா அவன் வரமாட்டுன்னு..."

என ஒரு மாணவி சொல்ல, "ஹே நானும்" என சில மாணவிகள் சொல்லி தென்றலின் கையை ஹை ஃபை அடித்தார்கள்.

அப்போது திடீரென மைதானத்தில் மாணவர்களின் கூட்டத்தில் ஒரு பகுதியில் இருந்து ஆராவார சத்தம் காதைப் பிளந்தது.

"அதிபா, டேய் அதிபா!"

கிட்டத்தட்ட மொத்த மைதானமும் கத்தத் துவங்கியது. தென்றலும் மற்றோரும் அதிர்ச்சியாகப் பார்க்க, அதிபன் தொப்பியைக் கழற்றி கூட்டம் நோக்கி அசைத்துக்கொண்டே நடந்தான். அந்த கிரிக்கெட் உடைக்காகவே பிறந்தது போல் இருந்தான். தென்றலுக்கு அருகே, நான்கு மாணவர்கள், "லெஃப்ட்டா டாஸ் வின் பண்ணி பொளந்து விடு" எனக் கத்த, அதிபன் கை காட்டி சரி என்பது போல் சிரித்தான்.

எதைப் பற்றியும் கவலைப்படாத தென்றல், ஆர்வத்தின் மொத்தத்தையும் சொற்களில் செலுத்தி அவர்களிடம் “ப்ளேயரா இவரு?”என அபத்தமான அந்தக் கேள்வியைக் கேட்க அவர்கள் அவளை அற்பமாய்ப் பார்த்து

“ப்ளேயராவா? இங்காரற்றா மாப்ள, அதிபன ப்ளேயரான்னு கேட்குது இந்தப்புள்ள, இந்த ஊர்லயே அவன்தான்ங்க ப்ளேயர், ஹிட்டர், எல்லாம்.”

டாஸ் வென்றதை உறுதிப்படுத்தும் விதமாய் அதிபன் அங்கிருந்தே கட்டை விரலை உயர்த்த, ஊஊ என கத்தத் துவங்கினார்கள். அதில் ஒருவன் தென்றலிடம் சற்று தணிந்த குரலில்,

“கிரிக்கெட்டுக்காகத்தான் இந்த காலேஜ்ல வந்து P.G சேந்துருக்கான்ங்க. டிஸ்ட்ரிக்ட் ப்ளேயர் அவன், எங்க ஏரியாதான்...” என பெருமிதக் குரலில் சொல்ல, நடந்து வரும் அதிபனைப் பார்த்துக்கொண்டே. அதைக் கேட்டுக்கொண்டிருந்தாள், தென்றல்.

தன்னைப் பார்த்துக்கொண்டே இருந்த செழியனைப் பார்த்து, “இன்னொரு டீ சொல்லுடா, ஆமா என்னாவாம் அவளுக்கு இப்ப?

“ஃப்ளைட்ல ரொம்ப எக்ஸைட் ஆனாங்க... உங்களப் பார்க்கணுமாம், முக்கியமான விஷயம்னு...”

“அவ பாத்ததெல்லாம் போதும், முடியாதுன்னு சொல்லிரு...”

அதிபனின் குரல் அவ்வளவு தெளிவாக ஒலித்து அதுவரை பார்த்ததில்லை, செழியன்.

அத்தியாயம் 5

தானே வருகிறார்கள்; தானாய்ப் போகிறார்கள்

பறவை அமர்ந்து பறந்த மரம் போல் கனக்கிறது

மனம்.

“டேய் டேய், இதெல்லாம் ஓவரா தெரியலயா ஒனக்கு? சீரியஸ்லி?”

மதி கேட்பதைவிடவும் அவள் சிரிப்பதுதான் எழிலுக்கு எரிச்சல் ஊட்டியது.

“ஒன்னு சிரி, இல்ல சொல்லு... சும்மா இங்க என்ன ஷூட்டிங்கா நடக்குது,”

மதி சற்று நிதானமாகி, முகத்தில் இருந்த சிரிப்பைத் தகர்த்துவிட்டு,

“சரி ஓக்கேய்ஸ், இட்ஸ் யுவர் பிராப்ளம்” என முகத்தைத் திருப்பி சாலையைப் பார்த்தாள். டூ வீலரில் செல்லும் இளைஞன் ஒருவனை சரியாகப் பார்க்கும் நோக்கில் சற்று உடலை வளைத்துத் திரும்பிப் பார்த்தாள். அவளுக்குத் தெரியும், அவனுக்கு அது கோபத்தைக் கிளப்பும் என. நினைத்தது போலவே வெடித்தான்.

“நான் வேணா கார இப்பிடி ஓரமா நிறுத்துறேன், அவங்கிட்ட கேட்டு ஏத்தி விடுறேன்... அவன் வண்டில போறியா?”

மதி, செழியன் பக்கம் திரும்பாமலே,

“நீ என்ன கேட்குறது, நானே கேப்பேனே... போகணும்னா, சிம்ப்பிள். கைல காப்பு போட்டுருக்கானே, நல்லா இருக்கேன்னு பாத்தேன். ஆமா, ஆளும் நல்லாத்தான் இருக்கான்.”

மெதுவாக காரை ஓரங்கட்டி நிறுத்தினான்.

மதி திரும்பிப்பார்த்து, செய்தி வாசிக்கும் தொனியில்,

“மிஸ்டர் எழில் செழியனின் ஈகோ தாக்கப்பட்டது. பாவமாய்க் காரை ஓரங்கட்டினார்.”

என சிரித்தாள்.

“ஏற்கெனவே செம காண்டுல இருக்கேன், நீ வேற இப்பிடி வெறுப்பேத்திங்... ப்ச்... லாங் டே.”

மதி சட்டென சீரியஸாகப் பேசினாள்.

“இப்ப எக்ஸாட்டா என்ன பிரச்னை உனக்கு? உங்க அதிபன் அண்ணன் அந்த தென்றல பார்க்க முடியாதுன்னு சொன்னதா? இல்ல, அவர் லவ் ஃபெயிலர் ஆனதா? இல்ல, நான் அந்த பைக்க சைட் அடிச்சதா? ட்ரைவ் போலாம் மழைலனு நீ கூப்பிட்டதும் வந்தேன், லைக் என் இடியட்.”

“சரி சரி, கூல். ஸாரி. எனக்கு இப்போ எந்த பிரச்னையும் இல்ல, லெட்ஸ் என்ஜாய் த ட்ரைவ்.”

“அப்ப மூடிட்டு வண்டி ஓட்டு” என சாய்ந்து அமர்ந்தாள்.

வேகம் எடுத்தான். சென்னையில் இருந்து மகாபலிபுரம் நோக்கிப் போகும் அந்த ஓ எம் ஆர் சாலை, மழையில் மினுங்கியது. இது அவர்கள் அடிக்கடி பயணிக்கும் சாலை. மனநிலையைப் பொறுத்து, சாலையின் இடதுபுறம் அமைந்துள்ள தெப்பக்குளத்தில் நிறுத்தி, திருப்போரூர் முருகன் கோபுரம் பார்த்துவிட்டு தெப்பக்குளத்தின் அழகை ரசித்துவிட்டு அப்படியே மகாபலிபுரம் வரை போய் ஈ சி ஆர் வழியாக சென்னைக்குள் வருவது செழியனின் வழக்கம். முழு சுற்று முடிவடைந்தது போல் ஆகும், மனதிற்கும்.

அதிபனுக்கும் அவனுக்குமான உரையாடல் அவனை சற்று சலனப்படுத்தி இருந்தது. முக்கியமாய் தென்றலுக்கு என்ன பதில் சொல்வது என்ற குழப்பமும் ஆட்கொண்டுவிட்டது. ஏனெனில், அவர்களை சந்திக்க வைப்பதாக அவ்வளவு உறுதியாக ஃப்ளைட்டில் சொல்லிவிட்டு இறங்கி இருந்தான்.

மெதுவாக அதை மதியிடம் சொன்னான். சிரித்தாள்.

“நாம நேரடியா பண்ணமுடியாத ஒன்ன, ஐ மீன் மூணாவதா ஒருத்தர் சம்பந்தப்பட்ட ஒன்ன, இவ்ளோ உறுதியா ஏன் கமிட் பண்ண? செக் பண்ணிட்டு சொல்றேன்னு சொல்லிருக்கலாமே, சிம்ப்பிள்.”

மழை வலுக்கத் துவங்க, வைப்பரின் வேகத்தை அதிகரித்தான். வைப்பரின் அதிவேகம் அவன் மனதை பதைக்கச் செய்தது.

“ம்ம்... கரெக்ட்தான். ஆனா, ஏதோ எக்ஸைட்மெண்ட். தென்றலக்காவப் பாத்ததும் ஓல்ட் மெமரீஸ். அவங்க லவ் எவ்ளோ டீப் தெரியுமா மதி? எங்க எல்லார்க்கும் அவ்ளோ பொறாமையா இருக்கும். முந்தி மதுரைல காலேஜ் பாலத்துல ஒரு ஹோர்டிங் இருக்கும், வில்ஸ் மேட் ஃபார் ஈச் அதர்னு... அதப்பாத்தா அதிபன் தென்றல் ஞாபகம்தான் வரும் எங்களுக்கு. அதிபன் அண்ணே தம்ம பிடிச்சிட்டு நிக்கிற ஸ்டைலும் அப்பிடித்தான் இருக்கும்”

“ஹூம்.. நான் ஒன்னு சொல்லட்டா?”

“யெஸ்...”

“இந்த ஒலகத்துல மேட் ஃபார் ஈச் அதர்லாம் க்ராப். அப்டீல்லாம் யாரும் யாருக்காகவும் இல்ல. பிடிச்சுருந்தா கொஞ்சம் மாத்திப்பாங்க, கூட இருக்கணும்னு தோணுச்சுன்னா கொஞ்சம் சகிச்சுப்பாங்க. இதுக்கு மேட் ஃபார் ஈச் அதர்னு பேர் வச்சுட்டு சுத்துறத நிறுத்தணும்.”

“மழை இப்பிடி கும்முனு பேயிது. அதோ அந்தப் பெரியவர் சைக்கிள்ல நனைஞ்சுட்டே டீ விக்கிறாரு. நீ புரட்சி மோடுக்குப் போய்ட்ட... லூசாடீ நீ, எப்ப பாரு புரட்சி!”

“ஃபேக்ட்டுக்கு பேரு புரட்சியா? லூசுப்பயலே, டீ வேணும்.”

வண்டியை ஓரம் கட்டி, நிறுத்தியதும், பெரியவர் சைக்கிளை ஸ்டாண்ட் போட்டு நிமிர்ந்தார். தலையில் மழைக்கு எதையோ கட்டி இருந்தாலும் முழுக்க நனைந்திருந்தார். அடர்த்தியான

புருவமுடிகளில் மழை நீர் துளிகளாய் இறங்கிக்கொண்டிருந்தன. தன் கைகளை வைப்பர் போல் செயல்படுத்திக்கொண்டிருந்தார்.

“சுக்கு மல்லி காபி.”

எதிர்பாரா ஆனந்தம் மதிக்கு. அவளுக்கு சுக்கு காபி மிகப்பிடித்தம். ‘ஹைய்’ என்றாள் அனிச்சையாய். “சூடு” எனச் சொல்லிக்கொண்டே அடியில் இன்னொரு வெற்று கப்பையும் வைத்து கொடுத்தார். இரண்டு விரல்களை நடுக்கத்துடன் நீட்டி, “இருவது” என்றதும், ஐம்பது ரூபாய் நோட்டை நீட்டினான் செழியன்.

“ஐ ஹேவ் சேஞ்ச்” என தன் கைப்பையை எடுத்தாள்.

“இருக்கட்டும் பெரியவரே வச்சுக்கோங்க.”

“அதுசரி, வீட்ல எம்பொம்பளயாளுக்கு எவென் பதில் சொல்றது? அடுத்தாளு காசு என்னாத்துக்கும்பா கிறுக்குப் பிடிச்ச கெழவி!”

மதி அவர் பேசுவதைக் கேட்டு சிரித்து, காபியைக் குடித்து, சூடு பொறுக்க முடியாமல் உதட்டிலிருந்து படக்கென விடுவித்து நிமிர்ந்தாள். அவள் கண்கள் கலங்கிவிட்டன.

“அட, சூடும்மா, பாத்துக் குடி... நல்லா இருக்கும். அம்பது வருசமா போடுறா கெழவி கைப்பக்குவம்.”

சூடு பொறுத்து, குடிக்கும்போது அவ்வளவு சுவையாகத்தான் இருந்தது

மழை சற்று நின்றிருந்தது. ஈரச்சாலையும் ஓரத்தில் தேங்கிய நீர் ததும்பலும் ஒருவித உற்சாகத்தைக் கொடுத்தன. வலதுபுறத்தில் சூரியன் ஆரஞ்சு பந்துபோல் இறங்கிக்கொண்டிருந்த காட்சியை மதி பார்த்துக்கொண்டே வந்தாள்.

“மதி, அந்தப் பெரியவர் தம் பொண்டாட்டிய எவ்ளோ ஆசையா கெழவின்னு கூப்புடுறாரு பாரு. இப்பவும் அவர் முகத்துல வெட்கம் வேற, கவனிச்சியா?”

“டேய், அதைவிட முக்கியமான ஒன்ன கவனிச்சியா? அந்தம்மா இங்க இல்ல, அப்பிடியும் அவங்களுக்குப் பிடிக்காத விஷயத்த செய்யல பாரு அவரு... அதான் நேர்மை. நம்மள யாருமே கவனிக்கலைன்னாலும், ஒரே மாதிரி உண்மையா இருக்குறது. தட்ஸ் சம்திங் கிரேட்!”

‘சொட்ட சொட்ட நனையுது தாஜ்மஹால்’ பாடல் வந்ததும் தன் மேகி மண்டைக்குள் விரல்கள் நுழைத்து ஃப்ரீ செய்துகொண்டு அமர்ந்தவாறே முன்னும் பின்னுமாய் இடுப்பை அசைத்து தன் மகிழ்வை வெளிப்படுத்தினாள். அசையும் இடுப்பை அணைக்கும் பொருட்டு தன் கையை நீட்டினான். லாகவமாய் அவன் பிடிக்குள் போனாள். பாட்டு தடைபட்டு ப்ளூ டூத் அலறியது.

“சனியம்பிடிச்சவனுங்க!”

என கையை அவள் இடுப்பிலிருந்து எடுத்து, போனை ஆன் செய்ய, எதிர்முனையில் அனாமிகா....

“குட் டைம் டு டாக் பாஸ்..?”

“நாட் எக்ஸாட்லி... பட் டெல் மீ.”

“மெயில் பாத்தீங்களா? நீங்க பாத்துட்டீங்கன்னா ஆர்டர் குடுத்துருவேன்.”

“என்ன மெயில், இப்ப என்ன ஈவ்னிங்ல அப்பிடி? வில் செக் அண்ட் அப்டேட்.”

போனை துண்டித்துவிட்டு வண்டியை ஓரம் கட்டி மெயில் திரையை ஒருமுறை மேலும் கீழுமாய் இழுத்து விட்டான்.

மதி, “ஹே, காலைல பாத்தா என்ன?”

ஆட்காட்டி விரலை நீட்டி ஒரு நிமிடம் என்பது போல் சொல்லிக்கொண்டே மெயிலைப் பார்த்தவன் உதடுகள் அனிச்சையாய் “வாட் த ஹெக்...” என முணுமுணுக்க,

மதி, “ஹோப் ஆல் ஓக்கே...”

என எட்டிப்பார்த்தாள்

“யா யா.. உன்னோட மெயில்தான். ஆனா, எனக்கு சிசி போடல, எங்கயோ சுத்திட்டி எங்கிட்ட வந்துருக்கு மேல இருந்து.”

மதி கலகலவென சிரித்தாள்

“கமான் செழியா, நான் ஏன் ஒனக்கு சிசி போடணும்? மார்க்கெட்டிங் டீம் ரிலேட்டட், எனக்கு இந்த பிராண்டிங் பண்ணலாம்னு தோணுச்சு... ஐ ஜஸ்ட் செண்ட் மைன் டென் பைசே டு மேனேஜ்மெண்ட்.”

“ஃபைன்.”

“ரியலி? இடியட் ஆ டா நீ?”

“ஹே, ஸ்டாப் இட் மதி... பெர்சனல் வேற, அஃபிஷியல் வேற... மைண்ட் இட்.”

மீண்டும் சிரித்தாள்.

“லீவ் திஸ்.”

“ஹவ்?”

“வாட் டு யூ மீன் ஹவ்?”

“மதி, ஜஸ்ட் பிகாஸ் நீ எனக்கு க்ளோஸ்ங்குறதால...”

“ஸ்டாப் இட் செழியன், நானும் அதேதான் சொல்றேன், ஜஸ்ட் பிகாஸ் நீ க்ளோஸ்ங்குறதால சிசி போடல ஏன்னு உன்னால கேட்க முடிஞ்சது இப்ப... நாம மட்டும் க்ளோஸ் இல்லாம நீ கேட்டு இருந்தா, நான் யார்னு காட்டி இருப்பேன், மைண்ட் இட்.”

மதி சட்டென அப்படிச்சொன்னதும் செழியனின் முகம் இருண்டது.

“வாட் க்ராப் மதி, யூ ஆர் சப்போஸ்ட் டு மார்க் சிசி டு மீ.”

“நோ, ஐ’ம் ஃப்ரம் மார்க்கெட்டிங், ஐ நீட் நாட்.”

ஒரு நொடி செழியனுக்கு ஒன்றும் புரியவில்லை. ஆம், ஒவ்வொன்றும் வேறு வேறு டிபார்மெண்ட்டுகள்தான். ஆனால், ஒட்டுமொத்தமாய் அவன் கண் அசைவிற்கு ஒருமுறை வந்து

செல்வதுதான் வழக்கம். யார் எவரென்றே தெரியாத மிகவும் அனுபம் வாய்ந்த ஊழியர்கள்கூட செழியன் பார்வைக்கு கொண்டு வந்துவிட்டுதான் எதையும் செய்வார்கள். அவன் ஆளுமை அப்படி. இவள் திடீரென்று தர்க்கம் செய்கிறாள். மறந்துவிட்டேன் என்று சொன்னால்கூட பரவாயில்லை.

"என்னாச்சு மதி, மறந்துட்டியா?"

"இல்லயே, அகெய்ன் ஐ'ம் டெல்லிங் யூ... இது மார்க்கெட்டிங். நீ சவுத் கிங், எல்லாமே நீதான் அக்ரீட். ஆனா இது சின்ன மேட்டர், மார்க்கெட்டிங் டீம்ல நடக்குற ஒரு விஷயம் நான் லீட் பண்றேன், மேல கேட்டேன்... அவங்க உங்கிட்ட கேட்க சொல்லி இருக்காங்க போல... ஃபைன். பட் நான் ஏன் உனக்கு சிசி போடணும்? ஐம் நெய்தர் ரிப்போர்ட்டிங் டு யூ நார் இன் யுவர் ஏரியா ஆஃப் கண்ட்ரோல் அஸ் பர் கம்பெனி ப்ரொட்டோகால்."

"ஓஹ்... கிரேட் கோயிங் மதி, சூப்பர்!"

என சொல்லிக்கொண்டே அனாமிகாவை அழைத்தான்.

"யெஸ் பாஸ்..."

"ஐ'ம் நாட் ஓக்கே... கேவலமா இருக்கு டிஸைன். மேல சொல்லிரு!"

"பாஸ்... மதியோட இனிஷியேட்டிவ்."

அனாமிகா தயக்கமாக சொல்ல

"அனாமிகா, டோன் டீச் யுவர் ஃபாதர் ஹவ் டு... ப்ச்.... பாப் கோ மத் சிகானேகா."

போனை கட் செய்தான்.

"கோ டு ஹெல்" என்று கதவைத் திறந்து, மழையில் நனைந்து எதிர்பக்கமாய் கடந்த மதி, ஆட்டோவை வழிமறித்து ஏறினாள்.

மதி, "ஏய்" என கத்திக்கொண்டே இறங்கியவன், மீண்டும் காரில் ஏறி முன்னர் போய் யூ டர்ன் போட்டு ஆட்டோவைப் பின் தொடர்ந்தான். போன் செய்தான், கட் செய்தாள். நடுவிரல் நீட்டிய

படம் ஒன்றை வாட்ஸப்பில் அனுப்பினாள். ஸ்டியரிங்கை ஓங்கி அடித்தான். கார் அதிர்ந்தது. ப்ளூ டூத் அலற, தென்றல் அக்கா என திரை மிளிர்ந்தது கட் செய்து நிமிர்ந்தான். கண்ணுக்கு எட்டிய தூரம் வரை ஆட்டோவைக் காணவில்லை. சிக்னல் விழ நின்றான். நேரம் ஆக ஆக,

'ஆஆ' என கத்திக்கொண்டே மீண்டும் ஸ்டியரிங்கை அடிக்க, அருகில் நின்ற வண்டியின் பின் இருக்கையில் ரெயின்கோட் போட்டுக்கொண்டு மடியில் அமர்ந்திருந்த குழந்தை அவனைப் பார்த்து சிரித்தது.

அத்தியாயம் 6

விட்டு விலகுதல் என்பது ஒரு கவிதையின் கடைசிச்சொல் போலிருக்க வேண்டும்.

இரவின் நடுவில் இருந்தது கடல். கடல் முழுக்க இருள் வியாபித்திருந்தது. மினுங்கும் சிற்றொளிகள் அந்த பெரிய இருள் போர்வையில் கிழிசல்கள் போல் தோன்றின. மழை முற்றாக நின்றிருந்தது. காற்றில் குளிரின் தன்மை அதிகமாய் இருந்தது. அலைகளின் சத்தம் அந்த இரவில் அத்தனை துல்லியமாய்க் கேட்டுக்கொண்டிருந்தது. காரில் அமைதியாய் அமர்ந்து தூரத்தில் தெரியும் கடலைப் பார்த்துக்கொண்டிருந்தான் செழியன்.

'யாழ்ழ்ழ்ழ்ழ் சுதாகர்' என ஒரு பக்கம் எஃப் எம் இழுத்துக்கொண்டிருக்க, எரிச்சலாகி சட்டென அணைத்தான். இன்னும் அமைதி சூழ்ந்தது. அதை அமைதி என்று சொல்ல முடியாதபடி சூன்ய நிலையில் இருந்தது அவன் மனம். அவனுக்கே அவன் மீது அவ்வளவு கோபம் வந்தது.

இயலாமையின் மொழிபெயர்ப்புதான் கோபம் என்பதை ஏழாம் வகுப்பு ஆ பிரிவில் இருக்கும்போதே முத்துநாகரத்தினம் டீச்சர் சொல்லிக்கொடுத்திருந்தது நினைவிற்கு வந்தது. பின்னந்தலையை மிகமெதுவாக சீட்டில் தட்டிக்கொண்டே, கடல் பார்ப்பதாக நினைத்துக்கொண்டு, அலைகளைப் பார்த்துக்கொண்டிருந்தான்.

இவை எல்லாவற்றிற்கும் ஊடாக, மொபைலை ஐம்பது முறைக்கும் மேலாகப் பார்த்திருப்பான். திரைமுழுவதும் வரிசையாக அவள் பெயர். அணைத்து வைத்திருக்கும் எண்ணை எத்தனை முறை அழைத்தாலும் தொடர்புகொள்ள முடியாது

என்பது அறிந்தும் அத்தனை முறை அழைத்திருந்தான். வாட்ஸப்பில் ஒற்றை சரிகள்.

அவன் மூளைக்கு மிகத் தெளிவாகத் தெரியும், நாளையோ, நாளை மறுநாளோ இது முடிவுக்கு வந்துவிடும் என. ஆனால் அப்போதைய அந்த அவனுடைய மனம் எதிரே அடிக்கும் அலைகளைவிடவும் அதிகமாய் பாய்ந்தது, அலைந்து அலைந்து.

'வாழ்வில் ஒருபோதும் சுயகழிவிரக்கம் மட்டும் அடைந்திடாதே' என அதிபன் அண்ணன் சொன்ன சொற்கள் ஏனோ நினைவிற்கு வந்தது. 'ஆம், போகட்டும் அவள்' என நினைத்து முடிக்கும்போதே, 'அதெப்படி, அவள் இல்லாமல் எப்படி நாட்கள் நகரும்' என்ற சொற்களும் சொற்றொடர் போல் உடன் வந்தது. அந்த நொடியில் அவனுக்குத் தோன்றியது எல்லாம், மதியை ஓங்கி ஓர் அறைவிட வேண்டும். பின்னர் கட்டிக்கொள்ள வேண்டும். அவளும் அடிப்பாள், வாங்கிக்கொள்லாம்.

அவன் வாட்ஸப் ஒலியுடன் ஒளிர, சட்டென அள்ளினான் மொபைலை.

'Sorry for bugging you...'

என தென்றல் அக்கா அனுப்பிய செய்தி.

அவளும் அவள் மகனும் மகிழ்ச்சியாய் சிரிக்கும் டிபி. *Online* எனக் காட்டியது. எல்லாமும் இப்படி ஒரே நாளில்தானா ஏற்பட வேண்டும் என தோன்றியது. அவன் தன் டீமிடம் சொல்லும் வாக்கியத்தை அவனுக்கே சொல்லிக்கொண்டான்... 'ஓடி ஒளியாதே... எதிர்நோக்கி நில்.' போனை எடுத்து அழைத்தான்.

மணி அடிக்கும்முன்னரே எடுத்துவிட்டாள்.

"அக்கா, ஸாரி மீட்டிங்ல இருந்தேன். நாளைக்கு கன்ஃபார்ம் பண்ணிர்றேன், பி ரெடி."

எதிர்முனையில் அவள் என்ன சொன்னாள் என்று எதுவும் அவன் புத்திக்கு ஏறவில்லை. நாகரீகமாகச் சிரித்து வைத்தான், போனையும்.

‘தேங்க்ஸ்’ என்று ஒருமுறை மொபைலில் ஒளிர்ந்து மறைந்தாள் தென்றல்.

கொஞ்சம் லகுவானது மனது. ஆம், ஒருபக்கம் தென்றல் அக்காவின் அழைப்பை எடுக்காமல் விட்டதும் அழுத்திக்கொண்டே இருந்தது. யோசித்துப்பார்த்தால் இப்படி தேவை இல்லாமல் அழுத்தம் ஏற்படுத்திக்கொள்வது மன இயல்பாகப் பட்டது அவனுக்கு. இவ்வளவு ஏன், திடீரென லாகிரி பாக்கு போட வேண்டும் என உந்தும்... கடைக்குச் சென்று, அங்கு யார் எவரென தெரியாத பெரியவர் ஏதோ வாங்கிக்கொண்டிருக்க, அவர் முன்னர் இதை எப்படி வாங்குவது என தேவையற்ற பிற பொருட்களை வாங்கி, நேரம் கடத்தி அவர் போனதும் பாக்கை வாங்குபவன் செழியன். யார் எவரென்று தெரியாதவரிடத்தும், ‘அய்யோ பாக்கு போடுகிறானே என நினைத்துவிடுவார்’ என்று சங்கடப்படுபவன்.

ஆக, தென்றலிடம் பேசியாகிவிட்டது. நாளை அதிபன் அண்ணனிடம் நேரடியாக பேச வேண்டும். ‘அப்படி என்ன அவர் பெரிய இவரா? யோவ், சொன்னாக் கேளுயா என சட்டையைப் பிடிப்போம்’ என தோன்றியது. கொஞ்சம் ஆசுவாசமடைந்தான். கிளைப்பிரச்சனைகளை முறித்துவிட்டாயிற்று, மனக்குரங்கு நடு மரத்தில் ஏறியது, மதி.

மீண்டும் அவள் எண்ணிற்குள் போனான். கடைசியாகப் பார்த்தது அவனுக்கு நடுவிரலை அனுப்பிய நொடியில்தான்.

அவள்மேல்தான்தவறு. காலையில் இருந்தே சரி இல்லை அவள். கேட்ட எதற்கும் சரியான பதில் இல்லை, எவனோ பைக்காரனைப் பார்த்துக்கொண்டு பேசியது என அடுக்கினான். முத்தாய்ப்பாக, சட்டென கீழிறக்கிப் பேசிவிட்டாள், அலுவல் தொடர்பான ஒன்றில். டெல்லியில் அவள் சிரித்துக்கொண்டே சொன்ன, ‘நீங்க வராட்டி என்ன... நான் கொடுத்துருப்பேன் பிரசண்டேஷன்’ என்ற சொற்களை மனக்குரங்கு இழுத்துக்கொண்டு வந்து அவன் முன் போட்டது.

எந்த நொடியில் காதல் எனும் ஒன்றிற்குள் புகுந்தோம் என வழக்கம்போல் யோசிக்கத் துவங்கினான். ஆனால் வழக்கத்திற்கு மாறாக, கோபம் தலைக்கு ஏறி இருந்தது.

ஏதோ ஒரு விபத்து செய்தி கேட்டு சட்டென இருண்ட நொடியை இனங்கண்டு, சட்டென கதைவைத் திறந்துகொண்டு வந்து, *"Sir, is everything ok with you"* என்றாள். சைகையில் அவளிடம் நீர் கேட்க, கலவரமாக அவள் மேஜையில் இருந்த நீரை எடுத்துக் கொடுத்து, அருகில் நின்றவள்தான், இன்றுவரை அந்த அருகாமை தொடர்கிறது.

ஆனாலும் எங்கு, எப்போது காதலைச் சொன்னது, யார் சொன்னது என்ற கேள்வி குடைந்தது அவனுக்குள்.

இரவு முழுக்க தவம் கிடந்து ஒரு செடியின் முன்னர் நின்றிருந்தாலும், மொட்டு முகிழ்க்கும் அந்த நொடியை எப்படிக் காண முடியும்? அப்படித்தான் இருந்தது அவனுக்கு. முன்னும் பின்னுமான அத்தனை நிகழ்வுகளும் வந்து போனாலும் அந்நொடியை அறுதியிட்டுச் சொல்ல முடியவில்லை.

கார் கதவு தட்டப்பட. திடுக்கிட்டுத் திரும்பினான். காவலர்.

சட்டென கண்ணாடியை இறக்கி

"யெஸ் சார்..."

"டைம் என்னா ஆகுது, இங்க வந்து தனியா?"

என சொல்லிக்கொண்டே காரை ஒருமுறை அலசினார். யாரேனும் இருக்கிறார்களா, எப்பெண்ணேனும் என்பதே சரி.

"சார், தனியாத்தான் இருக்கேன், சரக்கு, எதுவும் இல்ல, சும்மா மைண்ட் சரி இல்ல அதான்."

சொல்லிக்கொண்டே வெளியே இறங்கினான். காற்று அப்படி அடித்தது, கடல் அப்படி ஆடி அசங்கியது, சத்தமாய்.

"மைண்ட் சரி இல்லையா, சரியாப் போச்சு, வீட்டுக்குப் போங்க பிரதர். நாளைக்கி இங்க பொணம் ஒதுங்குச்சு, கையக் கிழிச்சு

செத்துக் கெடக்கான், கார் ரொம்ப நேரமா நின்னுச்சுன்னு வந்தா... என் தாலிய அறுப்பானுக, நம்ம டியூட்டி இன்னிக்கு"

சிரித்தான் செழியன்.

காவலர் ஒரு சிகரெட் பாக்கெட்டை எடுக்க, கை நீட்டினான். சட்டென பாக்கெட்டோடு நீட்டினார்.

"ப்ரோ, உங்கள மாதிரி யங் போலீஸ்ட்ட ரொம்ப நாளா கேட்கணும்னு நினைச்சது கேட்கலாமா?"

"ஓ, சார் ப்ரிண்ட் மீடியாவா இல்ல டி.வி-யா? எதுவும் ஷோவா?"

என சுற்றும் முற்றும் பார்த்து சிரிக்க,

"ச்ச, இல்ல ப்ரோ, இந்த நைட்ல ஃப்ரெண்ட்ஸோட ஜாலியா இருக்குறவங்களப் பார்க்கும்போது உங்க ஃப்ரெண்ட்ஸ் நினைவு வருமா, ஐ மீன் டே டு டே லைஃப்ல எப்பவும் போலீஸாவே ஸ்ட்ரிக்ட்டா மைண்ட் இருக்குமா?"

"நாங்க என்ன மிஷினா பாஸ்? மூட் பொறுத்துதான். மெயின் ரோட்ல வண்டிய நிறுத்திப் பார்த்தேன், உங்க கார் நின்னுச்சு, செம காண்டுல வந்தேன், உள்ள பொண்ணு வச்சுட்டு ஒக்காந்திருக்கீங்கன்னு... பாத்தா, ஆள் ஏதோ கண்ணக்கட்டி காட்டுல விட்ட மாதிரி ஒக்காந்து இருந்தீங்க, டக்குனு ட்ரீட்மெண்ட் மாத்தி பேசினேன்ல, அந்த மாதிரிதான்."

"ஓஹ், ஒருவேள பொண்ணு இருந்திருந்தா?"

சுற்றும் பார்த்தார்.

"சார், நெஜமாவே இல்ல... ஒருவேள இருந்திருந்தா?"

"ப்ச், அது பாத்தாலே தெரிஞ்சிரும், ஜெனுவன் லவ்வர்ஸ்னா திட்டி அனுப்பி விடுவோம். திட்டுன்னா, சாதாரணம் இல்ல, அடுத்து ஒங்களோட இந்த மாதிரி வர யோசிப்பாங்க, அந்த மாதிரி திட்டித்தான் அனுப்புவோம்... ஒன்னு கெடக்க ஒன்னு ஆச்சுன்னா நாங்கதான நிக்கணும், அதுனால."

"ஓஹ்..."

“பிரதர், எங்களுக்கு அந்த முதல் பார்வைதான் மெயின், அதுலயே நைன்ட்டி பர்சன்ட் முடிஞ்சு... மத்ததெல்லாம் அடுத்து எப்பிடி பேசுறாங்கன்றதப் பொறுத்து, அவங்க அப்பன் கோவணத்த அவுத்த டயத்துப் பொறுத்து அன்னிக்கு நாள் அமையும்.”

சிரித்தார்கள், இருவரும்.

“மைண்ட் சரி இல்ல அது இதுன்னுலாம் இப்பிடி தனியா இருக்காதீங்க பிரதர், ரெண்டு நாள் எங்கூட நைட் டூட்டி பாத்தீங்கன்னா தெரியும்... ரோட்ல எத்தன பைத்தியக்காரனுங்க, நெஜமான பைத்தியக்காரனுங்க, பணத்த வச்சுக்கிட்டு என்ன பண்றதுன்னு தெரியாத பைத்தியங்கன்னு, இதுல நம்மளுக்கு என்ன மைண்ட் சரி இல்லாம? ஜாலியா இருங்க, இன்னிக்கு என்ன பெருசா இருக்கோ அது நாளைக்கு ஒன்னுமே இல்லன்னு ஆகிரும்,”

“சார், ஒரு போலீஸ் இவ்ளோ பேசுறது நம்பவே முடியல.”

“அட, எத்தன போலீஸ்ட்ட பேசி இருக்கீங்க? பாத்ததும் தூரமா ஓடுனீங்கன்னா எங்க இருந்து பேச?”

மீண்டும் சிரிப்பு.

அவர் வண்டியில் இருந்த வயர்லஸில் இரைச்சலாக ஓசைகள் எழ, “எங்கயோ எழவு போல, நீங்க கிளம்புங்க பிரதர்... பாத்துப் போங்க.”

“பாஸ் உங்க பேர்?”

சட்டெனத் தன் நெஞ்சை நிமிர்த்தி நேம் பேட்ஜைக் காட்டினார்.

‘சரவணன்’

மெயின் ரோடு வரை அவர் பைக் பின்னாலேயே வந்து, ஒரு இறுதிக் கை ஆட்டலைக் காட்டி மெயின்ரோட்டில் விரைந்தான். ஏதோ ஒரு மிதப்பு, ஒரு தற்காலிக விடுபடல் போல் உணர்ந்தான். கண்ணாடியை ஏற்றாததால் சில்லென்ற காற்று முகத்தில் மோதியது. அது இன்னும் வேகத்தை அதிகரிக்க உத்தரவிட்டது.

திடீரென எப்போதும் உற்சாகத்தில் இருக்கும்போது தோன்றும் அந்த எண்ணம் தோன்றியது. காரை நேராக அதிவேகமாக டிவைடரில் விட்டால் என்ன ஆகும்? நொடியில் மரணம் நிகழுமா அல்லது கார் காற்றில் பறக்குமா என கலவையான சிந்தனைகள். சிரித்துக்கொண்டே, ரேடியோவை ஆன் செய்தான்.

'உனக்கே உயிரானேன் எந்நாளும் எனை நீ மறவாதே'

ஜேசுதாஸ் உருக, சட்டென வண்டியை ஓடித்து நிறுத்தினான். 'மதி' என அவன் வாய் முணுமுணுத்தது. மொபைலைத் தேடினான். சீட்டின் பக்கவாட்டில் கிடந்தது. எடுத்தான். அதிர்ந்தான்.

17 மிஸ்டு கால்கள் அவளிடமிருந்து. போக, ஒரே ஒரு செய்தி, 'ok, don't call me ever, Get lost' அழைத்தான். மிக நிதானமாக நிறுத்தி நிறுத்தி அவள் அணைத்து வைத்த செய்தியை சொல்லியது தகவல்.

'பெரிய இவருமாதிரி போலீஸ்காரன்கிட்ட என்ன பேச்சு வேண்டிக்கிடக்கு' என அவனை அவனே நொந்துகொண்டான். சைலண்ட் மோடில் இருந்து விடுவித்தான். இன்னொரு தவறுதல் பெரும் தவறாகிவிடும். 17 அழைப்புகள். ஒன்னும் ஏழும் எட்டு, பீடைதான் எங்கு போனாலும் என சாலையைப் பார்த்தான்.

அந்த அகாலத்தில் அவன் மட்டும்தான் தனியாய் நின்று இருந்தான். ஒரு தவறான நாளில், எல்லா சரிகளும் தவறாகவே ஆகும் என நினைத்துக்கொண்டான். மீண்டும் அழைக்க எடுக்கும்போது, அதிபனிடம் இருந்து அழைப்பு வந்தது.

"எங்கடா சுத்திட்டு இருக்க?"

"சொல்லுண்ணே..."

"ஓ, மேட்டர் தெரியாதா... ஊர்ல கறிக்கட பழனி தொங்கிட்டானாம்டா, போகணும்ல?"

பழனி, இரண்டடி இறங்கி வந்து செழியன் போட்ட லெக் ஸ்பின்னை தலைக்கு மேலே ஆறுக்கு அனுப்பிய காட்சி மின்னல் போல் செழியன் முன் வந்து மறைந்தது

அத்தியாயம் 7

குழந்தையிடம் இருந்து பெறப்படும்

முத்தத்தைப் போல நிகழ வேண்டும்

மரணம்.

மதுரை இராஜாஜி பொது மருத்துவமனை. ஊர்க்காரர்களுக்கு அது பெரியாஸ்பத்திரி. பேரீச்சம்பழக் குவியல், பேஸ்ட், பிரஷ், வட்டசீப்பு, கர்சீப்புகள் என பரப்பி வைத்திருக்கும் நடைபாதையில் எதையும் மிதித்துவிடாமல் நடந்துகொண்டிருந்தார்கள் செழியனும் அதிபனும். கைகளில் தூக்குவாளி, ஃப்ளாஸ்க் என அந்தக் காலை நேரத்தேவையான டீ காபிகளுக்காக கண்கள் சிவந்து, முகம் வீங்கி பாதித் தூக்கத்தில் எதிர்பட்டார்கள், நோயாளிகளின் அட்டெண்டர்கள். எல்லோர்மீதும் மருத்துவமனை வாசம் அப்பி இருந்தது. கொஞ்சம் கொஞ்சமாக மார்ச்சுவரி இருக்கும் இடத்தை நெருங்கினார்கள்.

அதிபனின் உயிர் நண்பன் பழனி. செழியனுக்கு அதிபன் செட் ஆட்கள், அவர்களின் கிரிக்கெட், அரசியல் பேச்சு, பெண்கள் குறித்த ஜாடைப்பேச்சுகள் ஆகியவற்றைக் கேட்கப் பிடிக்கும் என்பதால், அவர்களோடு அந்த நீண்ட திண்ணையில் ஓர் ஓரத்தில் அமர்ந்தும் நின்றும் என பொழுதைக் கழிப்பான்.ஆரம்பத்தில் வயதில் சிறியவன் என்பதால் துரத்துவார்கள். ஆனால், அவன் கிரிக்கெட் ஆர்வம் மற்றும் சட்டென சிகரெட்டோ டொரினாவோ வேண்டும் எனில் போய் வாங்கிவர அவனை உபயோகிக்கும் பொருட்டு இருந்ததால் விட்டு வைத்தார்கள். அப்படி அந்த மூத்த செட்டில் சேர்ந்து கொண்டவன்தான் செழியன்.

பழனி, அப்போது லெக்ஸ்பின் பழனி என்ற பட்டப்பெயரில் வலம் வந்தவன். பழனி ஸ்பின்னர் கிடையாது, ஆனால் லெக் ஸ்பின்னை அந்த ஷேன் வார்னேயே வந்து போட்டாலும் இரண்டடி இறங்கி விலகி மேலே தூக்கிவிடுவான். கிட்டத்தட்ட கீழ்வானம் நோக்கிப் போய்விடும் அடி அது. எப்போதும் மகிழ்ச்சி, மகிழ்ச்சி சிரிப்பு தவிர வேறில்லை பழனிக்கு. எந்த நிகழ்வாக இருந்தாலும் அதில் ஒரு நையாண்டிக்கான இடத்தைக் கண்டடைந்து சிரித்துவிடுவான், உடன் இருப்போரையும் சிரிக்க வைத்துவிடுவான்.

ஒருமுறை, சிவாவுடைய வண்டியை ஒரு கார் இடித்துவிட்டது, அவனுடைய வண்டி இண்டிகேட்டர் உடைந்துவிட, அங்கேயே சத்தம் சண்டை என போட்டு, காசு கேட்டிருக்கிறான். ஆனால், அவர் தர மறுத்துவிட, சிவா நேராக ஊருக்குள் வந்து, பழனி மற்றும் இன்னபிற நண்பர்களை அழைத்துக்கொண்டு பஞ்சாயத்துப் பேசப் போய்விட்டான்.

பழனி தன் கையை முறுக்கிக்கொண்டே, விட்றா, இன்னிக்கு அர மண்டைய கரெக்ட் பண்றம், சரக்கடிக்கிறோம் என பேசியதில் சிவாவுக்கும் மகிழ்ச்சி. பழனி அடிக்க வேண்டாம், கையை ஓங்கினாலே காசு கொடுத்துவிடுவார்கள். அப்படியான உயரம், அகலம். இன்று அப்படியும் ஐந்நூறு ரூபாய் நிச்சயம்.

செழியனும் உடன் சென்றான்.

அந்த வீட்டு கேட்டின் ஒரு சிலுவை, உள்ளே பெரிய மாதா படம் என கிட்டத்தட்ட சிறிய செயிண்ட் மேரிஸ் சர்ச் போல் காட்சியளித்தது.

பழனிதான் சவுண்டு விட்டான்.

“எவண்டா அது வீட்ல..?”

வெளிய வந்தவர், கை வைத்த பனியன் போட்டு, கண்ணாடியை ஒருமுறை கழற்றி, துடைத்து மாட்டி நிமிர்ந்தார்.

“வணக்கம்ங்க, சொல்லுங்க தம்பி” என்றவர் சிவாவைப் பார்த்து,

“நீங்க அந்த வண்டி தம்பிதான... உங்களுக்கு அடி எதுவும் இல்லையே?” என கிட்டத்தட்ட இயேசு கிறிஸ்துவே இறங்கி வந்ததுபோல் பேசி,

“நான் நேராத்த்த்தான் வந்தேன் தம்பி” என்று முடிக்கவும்,

பழனி, “அப்ப நீங்க நேராத்த்த்த்தான் வந்துருக்கீங்க” என முடித்துக்கொண்டு திரும்ப, சிவா பரிதாபமாகப் பார்த்தான்.

சிவாவிடம் பழனி, மீண்டும் அவரைப் போலவே, “சார் நேராத்த்த்தான் வந்தாராம், நீ வா” என அழைத்துக்கொண்டு வெளியே வந்துவிட்டான்.

அதன்பிறகு ஏறக்குறைய ஆறுமாதங்கள் அந்த நேராத்த்த்தான் வந்தேன் இழுவையை சொல்லிச் சிரிப்பான் பழனி.

இப்படி, மகிழ்வின் அதீதம் போலவே துக்கம் என வந்தால் அப்படி அதீதமாக போய் முடித்துக்கொண்டுவிடுகிறார்கள் போல எனத் தோன்றியது செழியனுக்கு. பழனியின் அப்பா, பிணவறையின் வாசலில் கைப்பிடிச் சுவரில் அமர்ந்திருந்தார். முதுமை அவரை முன்னோக்கி குனிய வைத்திருந்தது எனில், பழனியின் இந்தச் செயல் அவரின் அந்திமக் காலத்தை மொத்தமாய் சீரழித்துவிட்டது எனப் பட்டது. அவர் மீது அமர்ந்த ஈக்களைக்கூட அவர் விரட்ட தெம்பில்லாமல் அப்படியே அமர்ந்திருந்தார்.

அதிபனைப்பார்த்ததும்பழனியின்அம்மாபெருங்குரலெடுத்து அழுதார். அவரைக் கட்டிக்கொண்ட அதிபன், செழியனைப் பார்த்து கண் அசைக்க, செழியன் அம்மாவைக் கைத்தாங்கலாக பிடித்து அமர வைத்தான். உள்ளே பழனி, உடலாக மாறி கிடத்தி வைக்கப்பட்டிருந்தான். அத்தனை பெரிய உருவத்தை கூறு போட்டு, சேர்த்து தைத்து கட்டி இருந்தார்கள். முகம் மட்டும்தான் வெளியில் தெரிந்தது, கண்கள் பாதி மூடிய நிலை. அதுவரை அடக்கிவைத்திருந்த அதிபன், சட்டென “அய்யோ பழனி” என அலற, அதிபன் அண்ணனை மெல்ல வெளியே இழுத்து வந்தான் செழியன்.

மாட்டின்பிடிகயிற்றைச்சுற்றி வைத்திருப்பது போல் பழனியின் தூக்குக்கயிற்றை வளையம் போல் சுருட்டி, வைத்திருந்தான் பழனியின் தம்பி குமரேசன்.

“தொழில் போச்சு, பொண்டாட்டி பிள்ளைய கவனிக்க வக்கில்லாம என்னத்த வாழ்க்கன்னான்... இப்பிடி தொங்குவான்னு நெனக்கலண்ணே” என குமரேசன் சொல்லச் சொல்ல கண்கள் மங்கி, நீர் முட்டியது செழியனுக்கு.

பழனியின் உடலை வெளியே எடுத்துவர, ஓவென அலறியது கூட்டம். சட்டென பெருங்குரலெடுத்து ஒருபோல அனைவரும் அழ, அந்த இடத்தில் நிற்க முடியாமல் செழியனின் மனம் தவித்தது. அவன் மொபைல் அடிக்க, மதி. பதறி எடுத்தான்.

பெரும் அழுகைச் சத்தம் கேட்கவும் மதியின் குரல் பதறியது.

“என்னாச்சு, எங்க இருக்க?”

மதியின் அந்தக் குரல் அவனை, பாலைவனத்தின் நடுவில் இருக்கும் சுனையைக் கண்டவனைப் போல் சட்டென மாற்றியது.

மெதுவாக அங்கிருந்து நடந்து டீக்கடைப் பக்கமாக வந்தவன்,

“ஸாரி மதி...”

“டேய், அதெல்லாம் அப்புறம். எங்க இருக்க? என்ன சத்தம் அது? ஆர் யூ ஓக்கே?”

பழனி இறந்த நிகழ்வையும் அவன் ஊருக்கு வந்த விஷயத்தையும் சொற்களை கோர்வையாக இல்லாமல் இங்கொன்றும் அங்கொன்றுமாய் மாற்றிப் போட்டு சொல்லி முடித்தான்.

“விடு, அவரோட பிரச்னை. அந்த டயத்துல அவர் மைண்ட் செட் என்னவா இருந்துருக்கும்னு வீ டோண்ட் நோ. ரைட்... ப்ச்... லீவ் இட்... நல்லா குளி, ரெஸ்ட் எடு, கம் பேக் சூன்.”

“நீதான் சண்ட போட்டியே...”

“இப்பவும் நான் சண்டைலதான் இருக்கேன், காலைல எந்திருக்கும்போதே, சம்திங் வாஸ் நாட் ரைட், அதான் உடனே போன் பண்ணேன். நீ வா, பேசலாம்.”

“ம்ம்...”

“டேய்...”

“ம்ம்...”

“லவ் யூ!”

“நெஜமாவா?”

“சும்மாதான்.”

“ம்ம்...”

“எப்போ ரிட்டர்ன்?”

“நைட் வந்துருவேன்.”

“ஒன்னும் வரவேண்டாம், ஒரு நாள் இரு, ஆபீஸ் எங்கயும் போகாது. எல்லாமே மொபைல்லதான...“

“நீ இல்லையே.”

“ஒன்னு சொல்லட்டா?”

“ம்ம்...”

“போன வைடா மயிறு.”

“ம்ம்...”

அவ்வளவுதான். பளிச்சென துடைத்துவைத்த சிம்னி விளக்கு போல் ஆகிவிட்டது மனது. உள்ளே மிளிர்ந்தது மதியின் குரல்.

மளமளவென ஆகவேண்டிய காரியங்களைப் பார்ப்போம் என்ற நிலைக்குப் போனான். ஆக இத்தனை நேரம் அவனின் அழுத்தத்திற்கு காரணம், மதியின் பிணக்கு முகம்தான். நமக்கானவர்கள் நம்மை நீங்குதல், நீக்குதல், பாராமுகமாய்

இருத்தல் போன்றவை அப்படியே சூன்யமாக்கிவிடுகிறது மனதை என்று நினைத்தான்.மதியின் அந்த ஒற்றைச் சொல், அவனின் மொத்த அழுத்தத்தையும் இலகுவாக்கிவிட்டிருந்தது.

பழனியின் காரியங்களை முடித்து, இடையிடையே அலுவல் நிமித்தங்களை அனாமிகாவை ஏவி முடித்தான். மதியின் வாட்ஸப் ஸ்டேட்டஸில் இருந்த மியூ அவனுக்கு அன்றைக்குப் போதுமானதாயிருந்தது. அவள் அவ்வளவு சீக்கிரத்தில் மிஸ் யூ சொல்வதில்லை என்பதால் அந்த ஆசுவாசம். அதிபன் அண்ணன் முகம் மிகவும் வாடி இருந்தது.

“நீ வேணா ரெண்டு நாள் இருந்துட்டு வாண்ணே, நா போறேன்.”

“இங்க என்னடா இருக்கு? இருந்த எல்லாம் ஒவ்வொன்னா போகுது. ப்ச்... பழனி இப்பிடி பண்ணுவானா? அவன் பையன் பாவம்டா, ரெண்டு வயசு. த்தா, லூசுப்பய!”

“செத்தவன திட்டி என்ன ஆகப்போகுது, அடுத்து என்னனு பாப்போம்”

அதிபன் அதில் சமாதானமடையவில்லை என்பது அவரின் தலையாட்டலில் தெரிந்தது.

“எல்லாம் இருந்த இவனே இப்பிடி ரோசப்பட்டு செத்துட்டான், எல்லாத்தையும் தொலைச்ச நான் இப்பிடி முண்ட முழிக்க சுத்திட்டு இருக்கேன்ல, உசுரோட.”

அதிபனின் குரல் கம்மி, உடைந்தது.

“நீ இல்லாம நான்லாம் என்ன பண்ணுவேன் எப்பிடி இருப்பேன்னு, ஒரு நாளைக்கு நூறுதடவ கேப்பா. இன்னிக்கு எப்பிடி இருக்கா...”

அந்த எப்படி என்பது கேள்விக்குறி அல்லாமல், அதிக ப்ப்களோடு, நன்றாக இருக்கிறாளே எனும் தொனியில் சொல்லப்பட்டது. செழியனுக்கு லேசாக பயம் வந்தது. இந்த சுயகழிவிரக்கம் மெல்ல தென்றல் மீது கோபமாக உருமாறும், பின்னர் கையாலாகதத்தனம் தலைதூக்கும், பழனியின் முடிவு போல் தானும் எதையாவது யோசிப்பார் என்று நினைத்தான்.

“விடுண்ணே, சரி இங்க இருக்க வேணாம். கௌம்புவோம்.”

“நான் சரக்கடிச்சுட்டே வருவேன், நீ ஓட்டிருவியா தனியா?“

“அதெல்லாம் ஓட்டிருவேன், நாளைக்கு முக்கியமான மீட்டிங் இருக்கு, கௌம்புவோம்.”

அதிபனைத் தனியாக விடக்கூடாது அந்தச் சூழலில் என்று முடிவெடித்து, கிளப்பிவிட்டான், காரையும் அதிபனையும், சென்னை நோக்கி.

திருச்சியைத் தாண்டும்போது ஒரு நாய் நடுரோட்டில் துடித்துக்கொண்டிருப்பதை ஹைபீமில் பார்த்து சட்டென நிதானித்து ஓரங்கட்டி ஓட்டினான் செழியன். அவன் தோள்பட்டையை அழுத்தமாகப் பற்றினான் அதிபன்

“திருப்பு, வண்டிய... யூடர்ன் போடு.”

“நாய் மேல எவனோ மோதிட்டுப் போய்ட்டாண்ணே... வேற ஒன்னும்ல்ல, நீ சரக்கப் போட்டு செலம்பாத.”

“சொல்றேன்ன்ன்ல திருப்பு.”

வண்டியை யூடர்ன் எடுத்து மீண்டும் அந்த இடத்திற்கு வந்தான் செழியன்.

அதிபன் காரிலிருந்து எட்டிப்பார்த்தான், பாதி உடலின் மீது லாரி ஏறி இறங்கி இருந்தது. குற்றுயிராய் துடித்துக்கொண்டிருந்தது.

“காப்பாத்த முடியாது, அரச்சுட்டான்.”

“ஆமாண்ணே.”

“மேல ஏத்திரு, கொன்று, பாவம்.”

“அண்ணே...”

“எறங்குடா” என செழியனை இழுத்து, அதிபன் அமர்ந்து சரேல் என அதன் மீது ஏற்றிக் கொன்றான். சற்று தள்ளி வண்டியை நிறுத்தி, செழியனிடம் கொடுத்துவிட்டு, முகத்தைக் கழுவினான். டிக்கியில் இருந்து ஒரு பாட்டிலை எடுத்து, குடித்துக்கொண்டே இருக்கையைத் தளர்வாக்கி சாய்ந்து அமர்ந்தான்.

“இப்பத்தான் நிம்மதி. பாவம்டா, வலியோட எவ்ளோ நேரம் துடிக்கும். இப்ப விடுதல” என பாட்டிலை மூடிவைத்துவிட்டு, சாய்ந்து படுத்தான்.

இரவு நேர நெடுஞ்சாலை முன்னர் செல்லும் வாகனங்களின் ப்ரேக் லைட்களிலும் எதிர் ரோட்டில் வரும் வாகனங்களின் உயர்க்கற்றை வெளிச்சங்களிலும் நிரம்பி வழிந்தாலும், ஒரு நிச்சலனம் குடி கொண்டிருந்தது.

அதிபன் தூக்கம் வராமலும் போதையிலும் அனத்தத் துவங்கினான்

“செழி...”

“அண்ணே...”

“தென்றல் நெஜமாவே என்னயக் கேட்டுச்சாடா?”

“படுண்ணே, காலைல பேசுவோம்.”

“நான் அவள விட்ருக்க கூடாதுல்ல?”

“ம்ம்...”

“என்ன ம்ம், அவ என்ன பண்ணா தெரியுமா?”

உண்மையில் என்ன நடந்தது என்று எவருக்கும் தெரியாது. செழியன் ஆர்வம் உந்த கேட்டான்

“சொல்லுண்ணே, என்ன பண்ணாங்க? ஏன் இப்பிடி பிரிஞ்சீங்க?”

அதிபன், இருக்கையை சரி செய்து நேராக அமர்ந்துகொண்டு, பின் சீட்டில் வைத்த பாட்டிலை எடுத்து கொஞ்சம் குடித்துவிட்டு,

“எங்களுக்குள்ள நடந்த விஷயத்த மூணாவது மனுஷன்ட்ட சொல்றது கரெக்ட்டா? தப்புடா.”

“ம்ம்...”

“கழுத்த அறுத்தாலும், நம்ம கூட இருந்துட்டு, சூழ்நிலையால இப்ப பிரிஞ்சோ, நமக்கு எதிராவோ நிக்கிறவங்களப் பத்தி தப்பாவோ ஜாடைப்பேச்சோ பேசக்கூடாது, புரியுதா...”

சொல்லிவிட்டு அமர்ந்தவாக்கில் அப்படியே தூங்கத் துவங்கினான் அதிபன்.

வண்டியை ஓரங்கட்டி நிறுத்தி, இருக்கையை பின்னோக்கி தளர்த்தி அவரைப் படுக்கவைத்துவிட்டு,

மொபைலை எடுத்துப்பார்த்தான்.

“ஹோப் ஆல் ஓக்கே” என்ற மதியின் செய்திக்குப் பதிலாக கட்டைவிரல் உயர்த்தலையும் உதட்டு முத்தம் எமோஜியையும் அனுப்பினான்

பதிலுக்கு அவள் அனுப்பிய இதயம், பெரிதாகி, துடித்தது, தடக் தடக் என...

செழியன் உற்சாகமாய் காரை உசுப்ப, அது சென்னை நோக்கிப் பாயத்துவங்கியது.

அத்தியாயம் 8

நதி நனைதல்

அருவி பார்த்தல்

அடர்மழையில் நடத்தல்

உன்னோடான உரையாடல்

அதிபன் குரூரமாய் அந்தக் குற்றுயிர் நாயை ஏற்றிக் கொன்ற நிகழ்வைஐந்தாவது முறையாகச்சொன்னான்செழியன். ஒவ்வொரு முறையும் வெவ்வேறு ஏற்ற இறக்கங்கள். அமைதியாகக் கேட்டுக்கொண்டிருந்தாள் மதி. இரண்டு கைகளாலும் காபிக் கோப்பையைப் பற்றிப் பருகிக்கொண்டிருந்தாள்.

இந்தப் பெண்களைப் பார்த்து சினிமா எடுக்கிறார்களா அல்லது அதைப்பார்த்து இப்படி செய்கிறார்களா எனத் தோன்றியது செழியனுக்கு. பிறகு அவனாகவே, சினிமாவைப் பார்த்துதான் இவர்கள் இப்படி செய்கிறார்கள் என்ற முடிவுக்கும் வந்தான். காரணம் ஜெனிலியா.

அவனுடைய இந்த சீரிய சிந்தனையையைக் கலைத்தது அவளுடைய அந்த கோபக்கோப்பைக்கீழ்வைப்பு.

நிமிர்ந்தான்.

“பாஸ்க்கு, சோகம்லாம் முடிஞ்சதா, ஃப்ரெண்ட் சாவு, அதிபன் சோகம், அவர் காதல் கன்ஃப்யூஷன்ஸ் எல்லாம் முடிஞ்சதா?”

கோபமும் நக்கலும் கலந்த சொற்கள் அவை என்பது செழியனுக்குப் புரிந்தது.

அதைக்காட்டிக்கொள்ளாமல் சிரித்தான்.

மதி எழுந்தாள்.

கண்ணாடிக்கு வெளியே வெகு சில ஆட்கள் மட்டுமே வேலை பார்த்துக்கொண்டிருந்தார்கள்.

"எவ்ளோ பரபரப்பா இருக்கும் இந்த இடம், ப்ச்..."

என்றவள் செழியனைப் பார்த்து அழுத்தம் திருத்தமாக...

"எது எப்ப எப்பிடி மாறும்னு யாராலையும் சொல்ல முடியாது இல்ல..."

"அஃப்கோர்ஸ், யெஸ், முடியாது" என்று ஆரம்பித்த செழியனை நோக்கி கையைக் காட்டி நிறுத்தினாள்.

"அதேதான்... நாம ப்ரேக் அப் பண்ணுவோம்னு நான் நினைச்சதுகூட இல்ல..."

செழியன் சிரித்தான்.

"க்ராப்!"

"யெஸ், லெட்ஸ் கட் திஸ் க்ராப்."

அவனுக்குத் தெரியும், அவள் சமாதானம் ஆகவில்லை என்பதும், பழனியின் மரணச் செய்தியின் பொருட்டு இந்தக் கோபத்தை ஒத்தி வைத்திருக்கிறாள் என்பதும். ஒத்திவைக்கப்பட்ட எதுவும் அதன் அடிப்படை உறுதித்தன்மையோடு இருப்பதில்லை என்பது வியப்பான ஒன்றாகப் பட்டது, இருவருக்கும்.

ஏனெனில், பேசும்போது இதழோரம் குமிந்த சிரிப்பை அடக்கிக்கொண்டேதான் கோபத்தை உதிர்த்தாள்.

அதை உணர்ந்துதான் எழுந்து நடக்கும் முயற்சியில் ஈடுபட்டாள்.

"இப்ப எக்ஸாட்டா என்ன கோவம் மதி? நான் மெயில்க்கு ரியாக்ட் பண்ணதா? ஸாரி கேட்டேனே..."

இல்லை என்பதுபோல் தலையாட்டிவிட்டு,

“அவ்ளோதடவ போன் பண்ணேன் அன்னிக்கு நைட்டு, ஏன் எடுக்கல?”

“17 தடவ.”

“எண்ணிட்டு ஒக்காந்து இருந்தியா, த்தூ..!”

“இல்ல, ஒரு போலீஸ்... பேர் கூட....”

என யோசித்தான். அவனால் நினைவிற்கு கொண்டு வர இயலவில்லை.

“சரி, பேர விடு, என்ன போலீஸ்க்கு?”

அன்று இரவு நிகழ்ந்தவற்றையும் போலீஸிடம் பேசியவற்றையும் சொன்னான்.

சட்டெனக் கேட்டாள்.

“ஒருவேள சண்ட இல்லாம இருந்துருந்தா வழக்கம்போல அந்த சிக்ஸ்த் அவென்யூல ஒக்காந்து பேசிட்டு இருந்துருப்போம், போலீஸ் வந்து அசிங்கமா கேட்ருப்பாங்கல்ல..?”

மதியின் நுட்பம் இதுதான். இப்படியான ஒரு கோணத்தில் அவன் யோசித்திருக்கவில்லை அல்லது இப்படி ஒரு கோணம் இருக்கிறது என்றுகூட அவனுக்குத் தோன்றி இருக்கவில்லை.

“ச்ச... நாம சீக்கிரம் கிளம்பி இருப்போம்ல, நான் அன்னிக்கு ரொம்ப லேட்டா... லீவ் ஆல் தட்.”

எனத் தோளைக் குலுக்கிவிட்டு,

“ஒரு ட்ரைவ் போலாமா?”

கையெடுத்துக் கும்பிட்டு, தலையை இடவலமாக ஆட்டி,

“நோ மோர் ட்ரைவ்ஸ், அட்லீஸ்ட் நாட் நவ்” என்றாள்.

செழியன் சட்டென வெளியே பார்த்தான், யாராவது பார்க்கிறார்களா என.

அனாமிகா விடுப்பில் இருக்கிறாள். மற்றவர்கள் முனைப்பாகத் தம் வேலையைப் பார்த்துக்கொண்டிருந்தார்கள்.

செழியனுக்கு முதல் முறையாக ஓர் அவமான உணர்ச்சி தோன்றியது. அதன் வெளிப்பாடுதான் சட்டென வெளியில் பார்த்தது என்பதை மெல்ல உணரத் துவங்கினான்.

தரையில் சரசரவென அதன் பாட்டிற்குப் போய்க்கொண்டிருக்கும் பாம்பு ஒரு நொடி தலையைத் தூக்கிப் பார்த்துவிட்டு மீண்டும் சரசரசவென ஊர்ந்து மறைந்ததைப் போலத்தான் அவனுக்கு அந்த அவமான உணர்வு தோன்றி சட்டென மறைந்தது.

கேபினை விட்டு வெளியே போனவள் சட்டென திரும்பி மீண்டும் வருவதைப் பார்த்தான். வந்தவள் தன் இடுப்பாள் கதைவைத் தள்ளித் திறந்து, அவள் வைத்துப்போன கோப்பையை எடுத்துக்கொண்டு வெளியே போய் சிட்டிபாபுவிடம் கொடுத்துவிட்டுப் போய் அமர்ந்தாள்.

சட்டென சிட்டிபாபு செழியனைப் பார்த்தார். அவள் கொடுத்த விதத்தின் அழுத்தம் காரணமாய் இருக்கலாம்.

சிட்டிபாபு பார்வையைத் தவிர்த்தான் செழியன். புதருக்குள் போன பாம்பு, தன் உடல் முழுக்க சுருட்டிக்கொண்டு, தலையை மட்டும் நன்றாக மேல் ஏற்றி நின்று சுற்றிலும் பார்த்தது போல் இருந்தது தன் இருக்கையில் அமர்ந்து, நிமிர்ந்து சுற்றிலும் செழியன் பார்த்த பார்வை.

முக்கியமான மடல் ஒன்றை மேலிடத்திற்கு அனுப்ப வேண்டிய நினைவு வந்து, திறந்தான். மூழ்கினான்.

நிமிர்ந்து பார்க்கும்போது வெளியில் மொத்தமாய் இருட்டி இருந்தது. இருந்த சொற்ப ஆட்கள் வெகு சொற்பமாய் குறைந்திருந்தார்கள். சிட்டிபாபு செழியனின் பார்வை உணர்ந்து காபியை எடுத்து வந்தார்.

செழியனின் கண்கள் மதியைத் தேடின. முகம் கழுவிக்கொள்ள வேண்டும் என்ற காரணத்தை மனதிற்குச் சொல்லி அவன் உடலை இழுத்துக்கொண்டு போனது மூளை.

போனான். மதி அவள் இடத்தில் இல்லை.

கீறல் விழுந்த கண்ணாடியில் முகம் பார்த்தால் கோணல் மானலாய்த் தெரியும். ஒன்று கண்ணாடியை மாற்ற வேண்டும் அல்லது இரண்டு துண்டுகளையும் தனித்தனியாக்கி உபயோகிக்க வேண்டும்.

அவ்வளவு பெரிய, திருத்தமான கண்ணாடி முன் நின்று யோசித்துக்கொண்டிருந்தவன், சட்டென ஈரமுகத்தோடு வெளியே வந்தான்.

பெட்டிக்கடைக்காரர் தன் கடையை அடைக்கும் லாகவத்துடன் தன் அன்றைய நாளை முடித்தான். மேஜை மீதிருந்த பொருட்களை எடுத்து போட்டுக்கொண்டு கிளம்பியவனின் மொபைல் ஒளிர்ந்தது, மதியின் வாட்ஸப் செய்தி.

சேலை கட்டிக்கொண்டு செல்ஃபி அனுப்பி இருந்தாள்

அப்படியே அமர்ந்தான்.

விரல்களால் திரையை விலக்கி விரித்தான். மதி பெரிதாய்த் தோன்றினாள்.

பார்த்துக்கொண்டிருக்கும்போதே அடுத்த செய்தி

உதடுகளைக் குவித்து, முத்தம் தர எத்தனிக்கும் படம்.

உதட்டுப்பகுதியை பெரிதாக்கினான்.

வா என்றன.

அழைத்தான்.

உடனடியாக எடுத்தாள்.

“ம்ம்...”

“ஆபீஸ்...”

“பாருங்க பாஸ், ரொம்ப பெரிய ஆள் நீங்க. நிறைய வேலை இருக்கும்.”

"ஷட்டப்!"

"யா, எப்பவும் அப்தான் நீங்க."

"மதி, என்னாச்சு, ஹர்ட் ஆகிட்டயா? வீ வில் டிஸ்கஸ்... அண்ட் எண்ட் திஸ்."

"ச்ச ச்ச... ஜஸ்ட் புல்லிங் யூ."

"எத?"

"ஓஹ்... ரொமாண்டிக் மோட்ல இருக்கீங்க, சார்."

"நீ மங்க்கி மோட்லயே இருக்கியே, என்ன பண்ணலாம்?"

"சரி, பேசலாம்... இன்ஃபேக்ட் பேசிறலாம்."

"வாட் டு யூ மீன், பேசிறலாம்னா, என்ன பிரச்சன மதி?"

"ஒனக்குத்தாண்டா பிரச்சன, ஐ'ம் நார்மல். நான் என் வேலையைப் பார்க்குறேன். நீதான் ஈகோவோட இருக்க."

"எங்க வரணும்?"

"எங்கயும் இல்ல, போன்லயே பேசலாம்."

"நோ... உன்னோட பேசுறதுன்னா ரொம்ப பிடிக்கும் மதி... உன் குரல் கேட்டா எல்லாம் சரி ஆகிடும்னுதான் தோணும். உன் கைப்பிடிச்சுட்டா அவ்ளோ நம்பிக்கையா இருக்கும்."

"இதப்பத்திதான் பேசணும், சரி வீட்டுக்கு வர்றியா?"

"அப்பா? எல்லாரும்..?"

"வெளில போய்ருக்காங்க..."

"ஆர் யூ ஷ்யூர், வந்தா அப்புறம்..."

"ஒரு கையாலதான மொபைல பிடிச்சிருக்க?"

"ஆமா ஏன்?"

"யூஸ் த அதர் ஹேண்ட் அண்ட் மூடிட்டு வா"

உற்சாகமாகக் கிளம்பினான்.

காரைக் கிளப்பி மீண்டும் அழைத்தான். அவள் எடுக்கவில்லை, வா என்று செய்தி அனுப்பினாள்

சேலையிலேயே இரு என அனுப்பினான், பதில் வரவில்லை.

மதியின் வீட்டிற்குள் நுழையும் முன்னர் இன்னொரு முறை அழைத்தான்.

“வந்துட்டியா?”

“யெஸ்.”

“வெயிட்.”

வெயிட்டா? ரைட்டு என்று நினைத்தான்.

வெளியில் வந்தாள்.

சோடியம் விளக்கின் மஞ்சள் வசீகரத்தில் இன்னும் வசீகரமாக, கருப்பும் சிவப்பும் கலந்த நிற புடவையில் வந்துகொண்டிருந்தாள் அல்லது மிதந்துகொண்டிருந்தாள் அல்லது மிதக்க வைத்துக்கொண்டிருந்தாள்.

அமர்ந்தாள்.

செழியன் அவளையே பார்த்தான்.

சொடக்கிட்டு, காரைக் கிளப்பு என்றாள் சைகையில்.

அத்தனையும் மெதுவாய் நகரும் படக்காட்சிபோல் பட்டது அவனுக்கு.

“வீட்டுக்கு வரச்சொன்னியே...”

“மெடிக்கல் ஷாப்லாம் போய்ட்டு வந்துருக்க போல.”

“ச்ச ச்ச!”

“தென், பேசலாம்னுதான சொன்னேன்.”

“வீட்ல யாரும் இல்லன்னுலாம் சொன்னியே...”

“நீ லூசுமாதிரி கேட்ட, பாஸ் வேற, கேட்டா பதில் சொல்லணும்ல.... வெளிலதான் போயிருக்காங்க, அதச் சொன்னேன்.”

செழியன் சிரித்தான்.

மதி திரும்பி சாளரக்கண்ணாடி வழியே சாலையைப் பார்த்தாள்.

அவளும் சிரிப்பது கண்ணாடியில் தெரிந்தது.

“சரி எங்க போகலாம்?”

“சும்மா ரவுண்ட் அடி. பேசலாம். இல்ல, நான் பேசணும், நீ கேளு.”

“அது செம்ம.. பேசு, நீ பேசினா கேட்டுட்டே இருக்கலாம்”

“இப்ப பேசப்போறத கேட்டா அப்பிடி சொல்லமாட்ட.”

“அம்மா தாயே, சொல்லு.”

தொண்டையை சரிசெய்து கொண்டாள்.

“செழி, எனக்கு ஒன்ன ரொம்ப பிடிக்கும்.”

”ம்ம்...”

“நாம சேர்ந்தே இருக்கணும்னு நினைக்கிறேன்.”

“ஆமா இப்...”

செழியன் பேச வந்ததை இடைமறித்தாள்

“கேளு, பேசாத.”

“ம்ம்...”

“அதுக்கு ஒரே கம்பனில நாம இருக்குறது சரியா வராது, அட்லீஸ்ட் ஒரே ஆபீஸ், ஒரே ஊர்.”

“தென்...”

“பாரு, நீ செமயான ஆளு, ஒர்க்கர், மேனேஜிங் எவ்ரிதிங் இன் யுவர் ஓன் ஸ்டைல்... அதுவும் ரொம்ப பெரிய டாஸ்க்லாம் ரொம்பவே ஈஸியா, ஒத்துக்குறேன் உன்னோட பிரெய்ன் வித்தியாசமா ஒர்க் ஆகுதுதான்.”

செழியன் அமைதியாக ஓட்டிக்கொண்டிருந்தான். அவன் மனம் இவள் எங்கு வருகிறாள் என யோசித்துக்கொண்டிருந்தது.

“அன்னிக்கு டெல்லி மீட்டிங், நீ வர லேட் ஆச்சுல்ல, அப்ப ரித்து மேம் எங்கிட்ட பேசிட்டு இருந்தாங்க.”

செழியன் சட்டென திரும்பி அவளைப் பார்த்தான். ஆனால் அவள் எவ்வித மாற்றமும் இல்லாத குரலில் தொடர்ந்தாள்.

“செழியன் டீம்ல இருந்து வந்துருக்க, ஸ்பெஷல் நீன்னு சொன்னாங்க... சொல்லிட்டு, ஒருவழியா செழியனுக்கு ஈக்வலா ஒரு திங்க்கர் கிடைச்சாச்சு கம்பெனிக்கு, அப்டீன்னு சொன்னாங்க.”

“கிரேட்!”

“ம்ம், இது எவ்ளோ சந்தோஷமான விஷயம்... ஆனா உங்கிட்ட சொல்ல எனக்கு அவ்ளோ தயக்கமா இருந்தது... நீ எப்பிடி எடுத்துப்பன்னு.”

“கமான் மதி, இதுல என்ன இருக்கு..?”

“இருக்கு... நிறைய இருக்கு, உன்ன மாதிரின்னு சொல்வாங்க, அடுத்து உனக்கு ஈக்வல், அப்புறம் உனக்கு பதில்னு போகும்.”

“வாட் த க்ராப்?”

“ஏன், உன்ன நான் சர்ப்பாஸ் பண்ணமுடியாதுன்னு நினைக்கிறியா இல்ல மாட்டேன்னு நினைக்கிறயா?”

“புரியல.”

“ரெண்டுமே நடக்க பாஸிபிலிட்டீஸ் இருக்குன்னு சொல்றேன். இன்னிக்கு நீ எவ்ளோ பிஸியா மெயில்ஸ்ல இருந்த, அதே மாதிரி என்னோட வேலைன்னு வந்துட்டா நான் ஏதாவது ஆர்வத்துல பண்ணுவேன். ரித்து மேம் வாட்ச் பண்ண ஆரம்பிச்சிருக்காங்க, நான் என்ன சொல்றேன்னு உனக்குப் புரியும்னு நினைக்கிறேன்.”

“ஸோ, நீ உன் திறமையைக் காட்டு, மேல ஒன்னோட ஒர்க் பிடிச்சா, ஹெட் ஆபீஸ்க்கு போ, சி இ ஓ ஆகு. அதுக்கும் நம்ம லவ்க்கும் என்ன சம்பந்தம் மதி?”

“ஆர் யூ ஷ்யூர் செழி?”

“ம்ம்...”

“எங்க என்னப் பாரு, என் கண்ணப்பாரு, சொல்லு...”

செழியன் திரும்பிப் பார்க்காமல் காரை ஓட்டிக்கொண்டிருந்தான்.

“அதுனாலதான் சொல்றேன், நான் கொஞ்ச நாள் மும்பைக்கு....”

“ஓ, புரிஞ்சது... நசீம்ட்ட பேசிட்டயா?”

“கார நிறுத்து, நீ திருந்த மாட்ட.”

“நோ நோ... ப்ளீஸ் மதி, நான் தப்பா கேட்கல, நீ முடிவே பண்ணிட்டயான்னு...”

“சரி நானும் சண்ட போடல, இன்னும் யார்ட்டயும் பேசல... உங்கிட்ட சொல்லிட்டு பண்ணலாம்னு...”

“சரி நான் பேசலாமா?”

“ம்ம்...”

“இப்போ எந்த முடிவும் எடுக்காத, நீ நினைக்கிற அளவுக்கு அவ்ளோ ஈஸிலாம் இல்ல. மும்பைல போய் அவனுங்க பாலிட்டிக்ஸ்ல மாட்டி வெளில வர்றதுலாம் டேஞ்சர்”

“ஐ நோ.”

“இங்கயே உன்னப் பிடிக்காத ஆள் எவ்ளோ பேர்... ஆனா உம் பக்கத்துல வர பயப்படுறானுங்கல்ல?”

மதி அமைதியாக இருந்தாள்.

செழியனுக்கு அவளின் அந்த அமைதிக்கான பொருள் புரியும். அவனால்தான் எவரும் அவளை சீண்டுவதில்லை என்ற உண்மை அவளுக்குப் பிடிக்கவில்லை. அவளின் திறமையை அவள் மதிப்பவள்.

“அப்புறம் அந்த ரித்து, அந்தக் கிழவில்லாம் அன்னிக்கே ரெண்டு பெக் போட்டு உன்னய மறந்துருப்பா. உன் பேர்கூட அவளுக்கு இப்ப மைண்ட்ல இருக்காது, புரியுதா?”

ஆமோதித்து தலை ஆட்டினாள் மதி.

"கொஞ்ச நாள் அமைதியா இரு, அன்னிக்கு அந்த மெயில்க்கு நான் ரியாக்ட் பண்ணது தப்புதான். ஏதோ ஒரு டிப்ரஷன் அன்னிக்கு, அத வச்சு எதுவும் டிஸைட் பண்ணாத. அதே ஜாலியான மார்க்கெட்டிங் க்யூன் மதின்ற மைண்ட் செட்ல இரு. இப்ப உன்னோட ஐடியாஸ் நிறைய தேவப்படுது..சரியா"

"ஓக்கே பாஸ்" என சிரித்தாள். அந்தக் குரலில் பழைய மதி தெரிந்தாள். அந்தச் சிரிப்பிள் அழகாகத் தெரிந்தாள்.

"உங்கூட பேசினா போதும் மதி... மழைல நனைஞ்ச மாதிரி.. எல்லாமே சரி ஆகிடும் எனக்கு... காபி?"

"யெஸ்ஸ்ஸ்ஸ், பேட்லி நீடட் பாஸ்."

வழக்கமான இடத்தை நோக்கி வண்டியை திருப்பினான், உற்சாகமாய்.

மதியின் மொபைலுக்கு தெரியாது நம்பரில் அழைப்பு வந்தது.

கட் செய்தாள்.

நம்பரைப் பார்த்தவள், "டேய் என்னடா ஓம்போது ஓம்பாதா ஒரே ஃபேன்ஸி நம்பரா இருக்கு" எனக்காட்டினாள்.

அதைப் பார்த்ததும் வண்டியை சட்டென ஓரமாக நிறுத்தினான்.

இது ரித்து மல்ஹோத்ரா நம்பர் என முணுமுணுத்தான்.

மதி தன் மொபைல் திரையை ஒருமுறை அழுத்தமாகப் பார்த்தாள்.

அத்தியாயம் 9

எதிர்க்காற்றின்

சிகை சிலிர்த்தல் போலுன்

சம்மதம்.

செழியனின் கார் அவனைக் கேட்காமலே கிழக்குக் கடற்கரை தார்ச்சாலையை விட்டு சற்று ஒதுங்கி பாதி மணலில் நின்றது. மதியைவிடவும் அவன் மனதை நன்கு அறிந்து செயல்படும் அவனுடைய வண்டி. அவனின் அத்தனை இன்ப துன்ப சொற்களைக் கேட்டு உடன் பயணிக்கும் உற்ற நண்பன் அவனுடைய கார். ஸ்டியரிங்கைப் பிடிக்கும் விதத்திலேயே அவனின் அத்தனை உணர்வுகளையும் அறியும் இரும்பிதயம் அது.

மதி கொஞ்சமாய் சிரித்து, ஆரம்பித்தாள்.

"எதோ சொன்னியே, எம் பேரே மறந்துருப்பா கிழவின்னு... லுக் அட் திஸ்."

என மொபைலைக் காட்டினாள். மிஸ்டு கால் என செழியனைப் பார்த்து புருவம் உயர்த்தின எண்கள். ஒருமுறை மூச்சை நன்றாக உள்ளிழுத்து, சட்டென வெளிவிட்டு ஆசுவாசமானான்.

"கால் பண்ணு மதி, ரொம்ப பெரிய ஆள் அந்தம்மா. ஜஸ்ட் கால் ஹெர்."

அவன் குரலை அறியாதவளா மதி. அக்குரலில் ஒரு சிறு தோல்வி தொக்கி நின்றது.

"ஆர் யூ ஷ்யூர் பாஸ், கால் பண்ணியே ஆகணுமா?"

"வாட்..."

என கைகளை விரித்தான். அதில், எப்படி திரும்ப அழைக்காமல் விடமுடியும் எனும் பதில் இருந்தது.

அழைத்தாள். செழியனின் மனம் உணர்ந்தவள் என்பதால், ஸ்பீக்கரை உசுப்பினாள்.

"ஹேற, லேடி!"

என்றாள் ரித்து தன் வழக்கமான உற்சாகத்தில்.

"யெஸ் மே... ம், ஸாரி, மேம் வாஸ் ட்... ட்... ட்ரைவிங்."

செழியனுக்கு ஆச்சர்யமாய் இருந்தது மதியின் இக்குரல் தடுமாற்றம். அவ்வளவு கம்பீரமாய் எதிர்கொள்வாள்.

செழியனின் ஆரம்பக்கால நாட்கள் ஒரு நொடி மின்னல் வெட்டியது. அவனை ஆளாக்கிய நக்குல் சக்ஸேனாவிடம் அவன் உதறி உளறி பேசிய நாட்கள் நினைவில் நின்று போயின.

சிரித்துக்கொள்ள நினைத்து அதை மறைத்துக்கொள்வதாக நினைத்தான். அவனை மீறிய சிறு நக்கல் தொனிக்கும் ஒரு கேலி சிரிப்பு உதிர்ந்துவிட்டிருந்தது.

மதி அவனை ஏறிட்டு, புருவத்தால் என்னவென்று கேட்டுக்கொண்டே பேச்சில் கவனம் செலுத்தினாள்.

"ஹோப் ஆல் குட்."

என்று சம்பிராயதங்களை முடித்த ரித்து மல்ஹோத்ரா, தனியா இருக்கிறாயா என்றாள். மதி மீண்டும் தயங்கி, ஆம் என்றாள்.

மிக நிதானமான குரலில் ரித்து மல்ஹோத்ரா ஹிந்தியிலும் ஆங்கிலத்திலும் பேச ஆரம்பித்ததன் மானே தேனே இல்லாத சுருக்கம் எனில்,

"பெண்ணே, இந்தச் சூழலில் எல்லோரும் நலமாகவும் பாதுகாப்பாகவும் இருப்பதை கண்காணிக்க ஒரு புதிய அணியை உருவாக்கி இருக்கிறோம், அந்த டாஸ்க்ஃபோர்ஸ் அணித்தலைவராக உன்னை நான் தேர்ந்தெடுத்திருக்கிறேன். இது ஒரு ரகசிய அணி. அங்கங்கு இருக்கும் நிர்வாகத்தினர் சரியாக

பணியாட்களின் மீது அக்கறையுணர்வுடன் இருக்கிறார்களா, குறிப்பாக பெண்களிடம் என கண்காணி... முக்கியமாய் இதை ரகசியமாய் வைத்துக்கொள், என்னுடன் நேரடித் தொடர்பில் இரு. இதை யாரிடமும் நீயாக சொல்ல வேண்டாம்... யாரிடமும் எனில், யாரிடமும், புரிந்ததா, வாழ்த்துகள்.''

போன் வைக்கப்பட்டு சிலபல நொடிகளுக்கு மௌனம் மட்டுமே நிலவியது.

செழியன் அதுவரை தான் பயின்ற, தான் நம்பும் தன் மனப்பக்குவத்தை மெதுவாக, உணவுப்பொட்டல நூல் கழற்றல் போல் குரல் கனைத்து, அவிழ்த்தான்.

''கங்ராட்ஸ் டியர்!''

அவளை தன்பக்கமாய் இழுத்து நெற்றியில் முத்தமிட்டான்.

அந்தச் சூழல், அந்த சாலை, எவரேனும் பார்க்கக் கூடுமென்ற பதைப்பில் சற்று உடல் குறுக்கி உதறினாள்.

வெடித்தான்.

''ஓஹ்... மேம் பெரிய ஆள் ஆகிட்டீங்க, நான் இப்பிடி பண்ணிருக்க கூடாதுல்ல...''

''ஆரம்பிச்சிட்டியா, *my foot* பெரிய ஆள், இந்தப் பிரச்னைக்குத்தான் நான் அவ்ளோ பேசினேன்... உனக்குப் புரியப்போறதுமில்ல, அவங்க என்ன விடப்போறதுமில்ல. நான் டெல்லிக்கு வந்துருக்கக் கூடாது.''

''அய்ய, நீ மூடு! இது நாங்க மொதல்லயே முடிவு பண்ணது. நாந்தான் உம்பேர சொன்னேன் மிஸஸ் ரித்துகிட்ட, சும்மா ஐ வாஸ் கிடிங்.''

மதி அவனை நம்புவதா வேண்டாமா என்பதுபோல் ஏறிட்டாள்.

இவன் சொல்லி இருந்தால், காதலுக்கு எந்தப் பிரச்னையும் இல்லை என மனம் துள்ளியது

இவன் சொல்லித்தான் கிடைத்தது எனில் நம் திறமையை ரித்து இன்னும் புரிந்துகொள்ளவில்லை என மூளை கேள்வி எழுப்பியது.

அவள் முகத்திற்கு நேராக கைகளை ஆட்டி சொடுக்கினான்.

"ஹெலோ..."

அவள் சுதாரித்து, மனம் மூளை இரண்டையும் ஒதுக்கி அவன் கரம் பற்றினாள், முத்தினாள். கண் மூடினாள்.

அவன் காரைக் கிளப்பினான்.

இரவு ஒரு மணி

சத்தம் செய்து அதிபனை தொந்தரவு செய்துவிடக்கூடாது என மிக கவனமாக ஒவ்வொரு காரியமாய்ச் செய்து, தரையில் கிடந்த மெத்தையில் விழுந்தான்.

"என்னடா டேட்டிங்கா?"

அதிபன் குரல் இருளைக் கிழித்தது.

செழியனுக்கும் அந்தக் குரல் தேவைப்பட்டது.

ஒருவன் வீழ்ந்த அல்லது வீழ்த்தப்பட்ட ஒரு நெடுங்கடும் நாளில், ஒரு ஆதரவுக் குரல் ஒரு விசாரிப்பு இருந்தால், கடந்திடலாம்... அந்த நாளை, இந்த வாழ்வை என்று நம்பினான் செழியன்.

"ஹூக்க்கும்... நல்ல டேட்டிங், அட ஏண்ணே..!"

"அட, ரொம்ப அலுத்துக்காதடா... அந்தப்புள்ள பாடிஸ்ப்ரே உன் ஒடம்புல ஏத்தி இங்க வரைக்கும் கொண்டாந்துருக்க, இதுல அலுப்பு வேற!"

விளக்கைப் போட்டான் செழியன்.

அறைக்குள் மின்னல் வெட்டி வெட்டி பின் நிலா நிலைகொண்டது போல் வெளிச்சம் விரவியது. அதிபன் கண்கள் கூச,

"ஏண்டா" என எரிச்சலாக,

செழியன் கம்மும் குரலில்...

“மனசே சரில்லண்ணே, ஒரு மாதிரி இருக்கு. சில விஷயம் புதுசா நடக்கும்போது எதுவும் ஓடமாட்டேங்குது”

அதிபன் எழுந்தான்.

“பழனி சாவா? இல்ல வேற எதுவும் ஆபீஸ் பஞ்சாயத்தா?”

“எல்லாந்தாண்ணே.”

“இந்த நொல்லாந்தான்லாம் எங்களுக்குத் தெரியாதாடா?, ஒன்னே ஒன்னு மட்டும் நல்லா புரிஞ்சுக்க... ஒரே ஒரு விஷயம் மட்டும்தான் அசைச்சு பாக்கும், அதுக்கு சப்பக்கட்டுக் கட்ட நாமளா ஆயிரம் காரணங்கள அண்டக்குடுப்போம்... அதெல்லாம் பண்ணாத, என்ன எழவோ அதச்சொல்லு.”

அதிபனின் அனுபவம் பேசியது.

அதிபனுக்கு புரியும் விதமாக ஓரளவு விளக்கினான்.

அதிபன் சிரித்தான்.

“அட கொங்காப் பயலே, நீ எவ்ளோ பெரிய ஆளு, எங்க இருந்து எங்க ஏறிப்போயிருக்க... பந்து எடுத்துப்போட வருவ, இன்னிக்கு உன் ட்ரெஸ்ஸிங்ல இருந்து எல்லாமே எங்கள எல்லாம் தாண்டி எங்கயோ போய்ட்ட. உன் லவ்வர் அவ, நாம எல்லாம் ஓ ஒன்னு எரியுற தீப்பந்தம்டா... ஆராவாரம் அய்யோ அம்மான்னு எரிவோம். ஆனா, பொண்ணுங்க தீபம் மாதிரி, இருட்ட விரட்டும். ரெண்டும் நெருப்புதான்... அவங்களோட நிதானம்னு ஒன்னு இருக்குல்ல, அவங்களோட அறிவு நம்மளவிட ஒரு செகண்ட் முன்னால போய் யோசிக்கும்ல... அதுக்கு ஒரு மரியாத குடுக்கணுமா இல்லையா?”

செழியனுக்கு புரிபட்டது.

“ஏண்டா, மரம் குனிஞ்சு பாத்து என்ன இவ்ளோ நிழல் தர்றோம், இவனுங்க வந்து ஒக்கார்றாங்கன்னு நினைச்சா விளங்குமாடா? நீ மரம்னா உன் ஆளு பறவைடா. வந்து ஒக்காந்தா நிம்மதியா இருக்க

கிளைய நீட்டுவியா, விட்டு விரட்டுற... பறவைன்னா பறக்கத்தான செய்யும்?''

செழியனுக்கு அவன்மேலே அவனுக்கு வெறுப்பாய் இருந்தது. பெரிதாய் எதுவுமே நடந்துவிடவில்லை. அவன் உயிருக்கு உயிராய் காதலிக்கும் பெண் மீது ஒரு சிறு வெளிச்சம் விழுகிறது. அவ்வளவுதான். அவளை வழிநடத்தி இன்னும் அவள்மீது மேலிடம் மரியாதை கொள்ளும்படி செய்தல் அவன் கடமை என்று உணர்ந்தான்.

அதிபனைக் கட்டிக்கொள்ளவேண்டும் போல் இருந்தது. ஏண்டா எழவக் கூட்டுற என்பார். அதனால் அமைதியாக உம் கொட்டிவிட்டு மொபைலை எடுத்தான்.

மதி அவள் பெயரை ரித்துவிடம் சொன்னதற்காக நன்றி தெரிவித்து, ஒரு முத்தம் கொடுத்திருந்தாள். பதிலுக்கு இதயம் துடிக்கவிட்டான். இன்மை உணர்வதாக தெரிவித்தான். அவளின் இன்னபிற முன்னேற்றங்களுக்கு முன்னதாகவே வாழ்த்துகள் என்றான்.

அவள் மண்டை சுற்றும் ஒரு எமோஜியைப் போட்டு மூடிக்கொண்டு தூங்கு என அனுப்பினாள்.

முந்தைய நாளாக இருந்திருந்தால், ஸ்வீட் ட்ரீம்ஸில் எழுத்துப்பிழை செய்து வேர்வையை கொண்டுவந்திருப்பான், அவள் நாணம் சிவக்க.

அப்போதைய அவன் மனம், அந்நாளின் விடுபடலுக்குக் காத்திருந்தது. விளக்கை அணைத்தான்.

''தூங்கிட்டியா?''

என்ற அதிபனின் குரல் அவனை சற்று எரிச்சல் படுத்தியது. ஒரு நொடி அமைதியாக இருந்தான்.

''ஒன்னத்தாண்டா..!''

''சொல்லுண்ணே...''

“அவளுக்கு என்னாவாம்?”

“தெர்லண்ணே, நானா கெரியரான்னு யோசிக்கிறா போல... ஆனா, அவளுக்கு கெரியர்தான் முக்கியம்னு...”

“அடேய்... இன்னும் அத விடலயா நீய்யி, நான் கேட்டது தென்றல் ஏதோ...”

பட்டென்று கண்களைத் திறந்தான் செழியன்.

அவ்வளவு வெயிலின் நடுவே மிக மெதுவாக ஒரு காற்று கடக்கும்... பின் கொஞ்சம் கொஞ்சமாய் மேகங்கள் திரண்டு ஐந்தே நிமிடங்களில் சூழலே மாறுவது போல் ஆனது அந்நொடி, அந்நாள், அந்த இரவு, செழியனுக்கு.

“தென்றல் அக்காவா... உங்கள ஒருதடவ பாக்கணுமாம்.”

“ம்ம், என்னாவாம்?”

“அவங்க பையன், சின்னப்பையன் போல... அகாடமில செலக்ட் பண்ண வைக்கிறதுதான் லைஃப்ல ஒரே குறிக்கோள்னு சொன்னாங்க. இங்கதான் சென்னைல பீட்ஸ்ல, படிப்புல்லாம் சும்மா, கிரிக்கெட்டுக்காத்தான் மெயினா...”

“ஓஹ்...”

அதிபனிடம் இருந்து அதன்பிறகு சத்தம் வரவில்லை.

“நாந்தான் உங்களப்பத்தி சொன்னேன். நீங்க பாத்து ஓக்கே சொன்னாப் போதும்னதும் அவங்களுக்கு கண்ல தண்ணி...

இங்க அந்த அக்காவோட தம்பி வீட்லதான் பையனப் பாத்துக்குறாங்களாம். மாசம் ரெண்டு தடவ வந்துட்டுப் போறாங்க போல.”

தென்றலின் தம்பி என்ற சொல், அதிபனின் காதில் விழுந்ததும் அவன் முகம் மனக்கண்ணில் வந்தது.

“அய்யோ இந்தப்பக்கம்தான் என் தம்பி சுத்துவான்.”

“அடேயப்பா அவன் பெரிய ரெவிடி பாரு, அவென் ஆளும் மண்டையும்...”

அதிபன் சிரிக்க அவனை அடித்தாள் தென்றல். அவள் கை வலித்தது.

“அதெப்பிடிடீ ஒங்க வீட்ல ஒரே மாதிரி ஒங்கப்பன், நீ, ஒந்தொம்பி.”

என இன்னும் வெறுப்பேற்ற தென்றல் சிரித்தாள்.

‘“அதுவும் அந்த கிரவுண்டுக்கு வராதவங்க லிஸ்ட் போட்ட பாரு ஸ்கூல் பொண்ணு மாதிரி.”

”டேய், அது நடந்து ஒரு வருஷம் ஆச்சு, எப்ப பாரு அதயே சொல்லி ஓட்டிட்டு...”

தென்றல் சுருள்முடியில் ஈரம் மீதமிருக்க இன்னும் அழகாகத் தெரிந்தாள் அதிபன் கண்களுக்கு. அனிச்சையாக அவள் பின்னங் கழுத்து முடிக்கத்தைக்குள் விரல்களை சொருகினான். சிக்குண்ட விரல்களை மெதுவாக வெளியில் எடுப்பது அவன் விளையாட்டு. தகுந்த இடைவெளியில் உஷ், ஆ என வலிக்கு ஏற்ப சிணுங்கினாள், தென்றல்.

“நானும் வர்றேண்டா நாளைக்கு, ப்ளீஸ்...”

அதிபன் சிரித்து, போய்த்தான் ஆகணுமான்னு அடுத்து கேப்பல்ல...”

“ச்ச, நீ விளையாடுறதப் பாக்கணும்.”

“ம்ம் கரெக்ட்டுதான். ஆனா, மதுரைக்குள்ளனா சரி, நாங்க டோர்னமெட் போறோம். நீ வந்தா சரியா இருக்காது, தங்குறதுல இருந்து எல்லாமே பஞ்சாயத்தாகும்... நாங்களே ஜட்டி மொதக்கொண்டு ஷேர் பண்ணிப்போம்...”

பட்பட்டென அவன் தோளில் அடித்தாள்.

“எப்பயாவது சீரியஸா பேசுறியா, ச்சை!”

“கடேசி வரைக்கும் ஜாலியா இருப்பம்டீ அடியே...”

சொல்லிக்கொண்டே முடியோடு சேர்த்து அவளை இழுக்க,

அதற்காகவே காத்திருந்தது போல் மெதுவாய் அவன்பக்கமாய் வளைந்தாள்.

அவளின் முன்நெற்றியில் மூக்கை உராய்ந்து முடிக்குள் நுழைத்து கேசவாசம் நுகர்ந்தான்.

அவன் கைகள் தன்னிச்சையாய் அவள் தோள்களை இறுக்கின.

சட்டென நிமிர்ந்தாள். அவள் கண்கள் மூடி இருந்தன.

சில நொடிகள் பார்த்தான். பின் மூக்கில் சுண்டினான்

கண்கள் திறந்தவள், சட்டென விலகி, சிரித்தாள்.

மதுரையில் இருந்து திருநெல்வேலி நோக்கி செல்லும் நெடுஞ்சாலையில் ஒரு புளியமரத்தடியில் அவனுடைய யமஹாவில் பாதியாகப் படுத்துக்கொண்டிருந்தாள் தென்றல்.

சற்றுத்தள்ளி இருந்த குத்துக்கல்லில் அமர்ந்துகொண்டான் அதிபன்.

“சரி போலாம்டா, லேட் ஆகிறப்போகுது, என் தம்பி வேற சுத்திட்டு இருப்பான்.”

“அட, நாப்பது கிலோமீட்டர்... திருமங்கலத்துல இருந்து பஸ் ஏத்திவிடுறேன். சும்மா நொய்ந்யொனு....”

சிரித்தாள்.

“என்ன யோசிக்கிற?”

“நம்ம பசங்களோட இந்த எடத்துக்கு வரணும்” என சொல்லிக்கொண்டே இறங்கி சிறிய கல்லை எடுத்து,

மரத்தில் A T என்று செதுக்கத் துவங்கினாள்.

வாகனங்கள் விர்விர்ரென அதிர்வை ஏற்படுத்தியவாறு அவர்களைக் கடந்துகொண்டிருந்தன.

அத்தியாயம் 10

இரவைப் போலொரு முடிவும் இல்லை

விடியல் போலொரு தொடக்கமும் இல்லை.

வழக்கத்திற்கு முன்பாகவே விழிப்புத்தட்டி இருந்தது செழியனுக்கு. காரணம் அதிபனின் சம்மதம்.

அதிபனின் சம்மதம் செழியனை அவ்வளவு மகிழ்ச்சியில் ஆழ்த்தியது. நமக்குப் பிடித்தோர்க்கு ஏதேனும் நல்லது நிகழ்ந்தால் நம்மையறியாமல் தொற்றிக்கொள்ளும் உற்சாகம் செழியனின் முகமலர்ச்சியில் தெரிந்தது.

சரவணப்பொய்கையில் குளிக்க நண்பர்கள் போகும்போது, படியில் படிந்திருக்கும் பாசி, நீரில் மிதக்கும் அழுக்கு எல்லாம் நினைவிற்கு வந்து, குளிக்கப்போவதில்லை கூட வருகிறேன் என போய்விட்டு, அந்த நீரை, நீரின் மேற்புறம் சிலிர்க்கும் காற்றை ஜொலிக்கும் மேற்பரப்பை பார்த்தவுடன் வரும் உற்சாகத்தில் அப்படியே முதல் ஆளாய்த் தாவி நீந்துவது போன்ற மனநிலையில் இருந்தான் அதிபன்.

“கால் பண்ணிறவா? என்னன்னு சொல்லண்ணே?”

சில கேள்விகளுக்கு மிகத் தெளிவான பதில்கள் நம்மிடம் இருக்கும்தான். ஆனால், அது கேட்கப்படும்பொழுதில் சொற்கள் வெளிவருவதில்லை. அதிபன் செழியனை ஏறிட்டான்.

“அவட்ட எதுக்கு பேசணும்? பையன யாரையாவது விட்டு கூட்டிட்டு வரச் சொல்லு நாளைக்கு கிரவுண்ட்டுக்கு. பாப்போம், அவளுக்கு அதான வேணும்?”

“Not exactly” என்றான் செழியன் போனை பார்த்துக்கொண்டே.

அதிபனிடம் இருந்து வெளிப்பட்ட சிகரெட் புகை, அந்த அதிகாலையின் தூய்மையைக் கலங்கடித்தது.

"then what, then what the" என்று பாதியில் நிறுத்தி மீதிச் சொல்லை புகையாய் ஊதினான் அதிபன்.

செழியன் சிரித்தான்.

"ஆக்ச்சுவலா, அந்தக்கா குரல்ல அவ்ளோ லவ் இருந்துச்சு... அதி அதின்னு அந்த ரெண்டரை மணிநேரத்துல ஆயிரம் தடவ சொல்லி இருக்கும். அவங்களுக்கு இந்த கிரிக்கெட், மகன், அகாடமில்லாம் ஒரு சாக்கு... உங்களப் பாக்கணும், உங்க கிட்ட பேசணும் அதுதான் ரொம்ப மெயினா தெரிஞ்சது."

அதிபன் இடவலமாகத் தலையை ஆட்டிச் சிரித்தான்.

அவன் ஆட்டலுக்கு ஏற்ப புகை இங்குமங்கும் அலைபாய்ந்து சுழன்றது.

அந்த ஓரிரு நிமிட மௌனத்தில், அதிபன் மனதிற்குள்ளிலிருந்து சொற்கள் கொஞ்சம் கொஞ்சமாக வடிகட்டி வெளியேறின.

"டேய், அதெல்லாம் இல்ல. ஆமா லவ் பண்ணோம், செம்மய்யா லவ் பண்ணோம். எப்பிடி அவ ஒரு நல்ல லவ்வரா இருந்தாளோ... அதே மாதிரி இப்ப ஒரு நல்ல அம்மாவா இருக்கான்னு நினைக்கிறேன். நல்ல ஒய்ஃபாவும் இருப்பா. எனக்கு மறுபடியும் அவளப் பாக்கணும் பேசணும்னுலாம் எதுவுமே தோணல. அதேதான அவளுக்கும் இருக்கும்."

தென்றலுக்கு அனுப்பிய தம்ப்ஸ் அப் மெசேஜை பார்த்துவிட்டாளா எனப் பார்த்துக்கொண்டே அதிபன் பேசுவதைக் கேட்டுக்கொண்டிருந்தான் செழியன்.

"கல்யாணம் குழந்தைங்கன்னு ஆகிட்டா அவங்க லைஃபே மாறிடும்டா, *Thought process, Priority* எல்லாமே மாறிப்போகும்... எழவு வீட்ல எப்பவாது நோட் பண்ணிருக்கியா?"

செழியன் நிமிர்ந்தான். அதிபனைப் பார்த்தான்.

“அப்பாவோ அம்மாவோ செத்துப்போனா, அந்த வீட்ல பொண்ணுங்க பசங்கன்னு எல்லாரும் அழுவாங்க. ஆனா நல்லா பாரு, கல்யாணம் ஆகாத பையனோ பொண்ணோ ரொம்ப நேரம் அழுதுட்டு இருப்பாங்க... மத்தவங்க கொஞ்ச நேரத்துல அழுகைக்கு நடுவுல தன்னோட குழந்தைங்க சாப்டாச்சா, தன் புருஷன் எங்க போனான்னு ஒரு சுத்து விட்டுட்டு மறுபடியும் அழுவாங்க.”

செழியனுக்கு ஏதோ கொஞ்சம் புரிந்தது போலிருந்தது.

“அதுனாலதான் காலங்காலமா பெருசுக, இந்தப் பொண்ணை ஒருத்தன் கைல பிடிச்சு குடுத்துட்டா மண்டையப் போட்ருவேன்னு சொல்றது. அதாவது கல்யாணம் ஆகி குழந்தைங்கன்னு வந்துட்டா சுகம் துக்கம்லாம் *Priority* மாறிப்போயிரும்.”

உண்மைதான் என்பதுபோல் உணர்ந்தான். ஒரு வீட்டில் விடுபட்ட உதிரிகள் போல் ஆகிவிடுகிறார்கள் அப்பா அம்மாவை இழந்த, கல்யாணம் ஆகாத மகனோ மகளோ.

“அதே மாதிரிதான் இப்ப ஒன்னோட தென்றல் அக்கா. அப்போ நாந்தான் அவ உலகம். இன்ஃபேக்ட் எத்தன தடவ சொல்லிருக்கா தெரியுமா... நீ இல்லாமல்லாம் எப்பிடி இருக்குறது, அய்யோ அம்மானு, இத்தனைக்கும் நாலு நாள் டோர்னமென்ட்காக விருதுநகர் சிவகாசியப் பக்கம் போறதுக்கே. இன்னிக்கு எப்பிடி இருக்கா?”

அந்த எப்பிடி இருக்கா என்பதை இரண்டு வித குரல் ஏற்ற இறக்கத்தில் அதிபன் சொல்லியதைக் கேட்கும்போது செழியனுக்கு அதிபன் மேல் மரியாதையும் பரிதாபமும் சேர்ந்து வந்தது.

“விடுண்ணே.”

“அய்ய, நான்தான் இழுத்துப் பிடிச்சுருக்கேன் பாரு, விடுறதுக்கு, *I know what I am.*”

“சரிண்ணே... நான் அவங்ககிட்ட பேசிட்டு, சொல்றேன் என்ன ப்ளான்னு.”

செழியனுக்கு அன்றைய தின மீட்டிங்குகள் கால் முளைத்து அவன் முன் வரத்துவங்க, குளித்துக் கிளம்பினான்.

அதிபன் மட்டையை காற்றில் சுழற்றிக்கொண்டு இருந்தவன், செழியன் காரைக் கிளப்பும்வரை காத்திருந்து, அழைத்தான்

"டேய்..."

நிமிர்ந்த செழியனைப் பார்க்காமல்,

"வாட்ஸப்ல அவ டிபி வச்சுருக்காளா?"

செழியன் சிரித்துக்கொண்டே பதில் ஏதும் சொல்லாமல் காரை முன்னோக்கிக் கிளப்பினான். அதிபனின் போனிற்கு தென்றலின் காண்டாக்ட்டை அனுப்பி இருந்தான்.

அதிபன் அதைத் தன் லிஸ்ட்டில் அப்படியே தென்றல் அக்கா எனப் பதிந்து காத்திருந்தான்.

அவளும் மகனும் சிரிக்கும் புகைப்படம் இருந்தது. பெரிதாக்கிப் பார்த்தான். அந்தப் புருவத்தின் சிறுவெட்டை..

கீழே *about*-ல் ஏதேனும் எழுதி இருக்கிறாளா எனப் பார்த்தான். ஒன்றுமில்லை.

மீண்டும் புகைப்படத்தைப் பார்த்தான்.

'என்னடா அப்பிடிப் பார்க்குற?' என்று அவள் எப்போதும் கேட்கும் கேள்வி கேட்டது அவனுக்கு. ஒன்று இருக்கும்பொழுது அதன் மதிப்பு தெரிவதில்லை என்றெல்லாம் பழங்கதையை யோசிக்கவில்லை அவன். ஆனால், அந்த நொடியில் தென்றலின் அந்தக் குரல், அந்தச் சிரிப்பு வேண்டுமாய் இருந்தது.

ஒற்றை நொடி ஆகும், அழைத்திடலாம்தான். கைக்கு எட்டிய தூரத்தில் தான் அவள் குரல் இருக்கிறது இப்பொழுது.

பயந்து பயந்து படித்துறைப் படிகளில் அமர்ந்து, நகர்ந்து நகர்ந்து நீருக்குள் இறங்க எத்தனிக்கும் சிறுவனைப் போல் உணர்ந்தான்.

செழியன் உள்ளுக்குள் நுழையும்பொழுதே அவன் உள்ளுணர்வு ஏதோ ஒரு சங்கடத்தை உணர்த்தியது. போலவே,

அவன் வருகைக்காக காத்திருந்தார் சார்லஸ். உடன் அவருடைய மனைவி என்பதுதான் செழியனை துணுக்குற வைத்தது.

தன் கேபினுக்குள் அமர்ந்து நாளை அவசரமாக உசுப்பிக்கொண்டே உள்ளே வரச்சொன்னான்.

சார்லஸ் தன் மனைவியை அறிமுகப்படுத்தினார்.

அமர்ந்து சில நொடிகள் யார் எப்படி எங்கிருந்து துவங்குவது என்பதை யோசித்துக்கொண்டிருக்கும்பொழுது, சார்லஸின் மனைவி பனிக்கட்டியை உடைத்தார்.

“இத்தன வருசமா இங்க வேல பார்க்குறாரு, இப்ப திடீர்னு...”

செழியனின் தலையாட்டல் ஆமோதித்தல் போல் இருந்தது.

செழியன் கவனமாக அவள் கண்களைத் தவிர்த்து, சார்லஸ் பக்கம் திரும்பிப் பேசினான்.

“சார்ல்ஸ், நான் சொன்னேனே, *it just matter of few months* கொஞ்சம் வெயிட் பண்ணுங்க, உங்க டிபார்ட்மெண்ட் இப்ப எந்த விதமான ஒர்க்கும் பண்ணமுடியாதுன்னுதான்...”

அவர் மனைவியின் குரல் சட்டென்று ஊடுபாய்ந்தது.

“சார் இது என்ன டெய்லி கூலி மாதிரியா... அப்போ இத்தன வருசம் இங்க நாயா இருந்ததுக்கு...”

இப்போது என்ன பேசினாலும் அது மிகப்பெரிய எதிர்வினையை உண்டாக்கும். அவர்களுக்காக எவ்வளவோ போராடிக்கொண்டிருக்கிறான் என்பதெல்லாம் அங்கு சொல்லி பயனில்லை. வீழ்ந்துகொண்டிருக்கும் ஒருவரிடம் தன் முயற்சிகளையோ நல்மனதையோ சொல்வதைவிடவும் ஒன்று தாங்க வேண்டும் அல்லது அமைதியாக கேட்க வேண்டும். கேட்டுக்கொண்டிருந்தான்.

அவள் கொஞ்சம் ஆசுவாசமடைந்த பிறகு,

“ஒரு மரம் இருக்குன்னு வைங்க, அதோட கிளைய வெட்டுனா அந்த மரம் கொஞ்ச நாள் அங்க இருக்க முடியும்னு ஒரு சூழ்நிலை

வருதுன்னா, சின்னக் கொப்பு கிளைய வெட்டி விடுறது மரத்துக்கு நல்லதுதான. அதெல்லாம் முடியாது, வெட்டுனா மொத்த மரமும் வெட்டுங்கன்னு சொன்னா யாருக்கு யூஸ் ஆகும்? மரம் தப்புச்சுன்னா கிளை வரலாம்ல...”

அவளுக்கு கொஞ்சமாய் புரிந்தது. சார்லஸ்க்கு மிகத் தெளிவாகப் புரிந்தது.

“சார், அப்பிடி சரியானா, சேத்துப்பீங்கல்ல? உங்கள நம்பலாம்ல?”

செழியனுக்கு அந்த நம்பலாம்தானே என்ற சொல் அமிலம் போல் இறங்கியது. நாளை என்ற ஒன்றின் மீது அவ்வளவு கருமை படிந்த இந்தக் காலத்தை நம்பி எவ்வாறு யாருக்கு நம்பிக்கையைக் கொடுப்பது. ஆனாலும் தலையாட்டினான்.

அரைமனதாக அவர்கள் அறையைவிட்டு வெளியேறினார்கள்.

தன் மொத்த இயலாமையையும் அனாமிகாவிடம் காட்டினான்.

“Inform பண்ணிருக்கலாமே... ஜஸ்ட் ஒன் டெக்ஸ்ட், அவாய்ட் பண்ணிருப்பேன்ல...”

அனாமிகா மிகுந்த ஆச்சர்யப் பார்வை ஒன்றை வீசினாள்.

எப்போதும் எதையும் எதிர்கொள் என்று சொல்பவன் தப்பிப்பதைப் பற்றிப் பேசியதால் அந்தப் பார்வை. அதை உணர்ந்தவன், விரக்தியாய் சிரித்தான்.

“I can understand boss” என்றாள்.

“Where is mathi?”

அவன் கேள்விக்கு நக்கலாக அவனை மேலும் கீழும் பார்த்தாள். அவன் உடலில் எங்காவது இருப்பாள் எனும் பொருளில். ஆட்காட்டி விரலால் பொய்யாக எச்சரித்தான். அனாமிகா உண்மையாகச் சிரித்தாள்.

கையில் இரண்டு காஃபி கோப்பைகளோடு வந்தாள் மதி. கதவை இடுப்பால் நெட்டித் திறப்பாள் சிந்தும் என அனாமிகா முதலிலேயே கதவைத் திறந்து நின்றாள்.

“தேங்க்யூ டார்லிங்” என அனாமிகாவைப் புகழ்ந்து உள் நுழைந்தாள்.

“ஹே செழி, லுக்கிங் டல், இஸ் எவ்ரிதிங் ஓக்கே?”

“ஓ யெஸ்” என்று கோப்பையை வாங்கியவன் அதை நெற்றிப்பொட்டில் வைத்துக்கொண்டான். இளஞ்சூடு இதமாய் இருந்தது.

“So, watz up queen...”

தோள்களைக் குலுக்கி ஒன்றுமில்லை என்றாள். காஃபியைப் பருகினாள்.

அனாமிகா சத்தம் செய்யாமல் தட்டி, உள்ளே வந்தாள்.

“நாளைக்கு புக் பண்ணிட்டேன், ஈ பாஸ் ஃபார்மாலிட்டிஸ் டன்” என பிரின்ட் அவுட்களை வைத்துப் போனாள்.

மதி என்ன என்பதுபோல் நாற்காலியைச் சுழற்றி முன்னகர்த்தி எட்டிப் பார்த்தாள்.

அவள் பார்க்க ஏதுவாக அவள் முன் தள்ளினான்.

”ஓஹ், பெங்களூர் போறியா, எப்போ?”

கல்யாணப் பத்திரிகையைக் கையில் வாங்கியதும் எப்போ, எங்கே, என்றைக்கு என்று அபத்தமாகக் கேட்பார்கள். போலவே கேட்டாள், கையில் அத்தனை விவரங்கள் இருந்தும்.

விசில் அடித்தாள்.

“வாவ், நாளைக்குப் போய்ட்டு, த்ரீ டேஸ். அதுவும் இந்த சிச்சுவேஷன்ல, அதுவும் இந்த வீக், கிரேட் டியர்.”

மதியின் குரலோ ஏற்ற இறக்கமோ எதுவுமே சரியாகப்படவில்லை.

“ஆமா, ரொம்ப நாள் ஆச்சு விசிட் போய். கொஞ்சம் ஆடிட்டிங் பாயின்ட்ஸ்...”

அவன் பேசப் பேச அவள் எழுந்தாள், நடந்தாள். வெளியே எட்டிப் பார்த்தாள்.

"ய்யா யா, ஆடிட், ஷ்யூர்."

மதி எப்போதும் லோக்கலாக கலாய்ப்பாள். ஆனால், அவ்வளவு தெளிவான ஆங்கிலச் சொற்கள், சட் சட்டென வெட்டும் சொற்கள்.

"வாட்..." என தோளைக் குலுக்கினான்.

"நத்திங் பாஸ், *So*, யூ ஆர் பேக் ஆன்?"

செழியன் சற்று எரிச்சலாக,

"பாத்தேல்ல ரிட்டன் டீட்டெயில்ஸ் இருக்கே, சாட்டர் டே ஈவ்னிங்."

சட்டென கட்டை விரலை உயர்த்தினாள்.

"கேரி ஆன்."

சிரித்தான். அவனுக்கு அவளுடைய நடவடிக்கை புரியவில்லை. ஏன் திமிராக நடந்துகொள்கிறாள் என்று யோசித்தான்.

அவளின் நேர்த்தியான பளிச்சென்ற காட்டன் டாப்ஸின் மொறுமொறுப்பு இம்சித்தது.

"என்னாச்சு மதி?" என சிரித்துக்கொண்டே கேட்டான்.

மேஜை மீது இருந்த அவள் மொபைல் அடித்தது. எடுத்து அவளிடம் நீட்டினான்.

கையை ஆட்டி இப்போது எதுவும் பேசும் நிலையில் இல்லை என்பதுபோல் நின்று வெளியே பார்ப்பதைத் தொடர்ந்தாள்.

யார் அழைப்பது என மொபலைத் திருப்பியவன் சட்டென பதற்றமாகி, "ஹே மதி, இட்ஸ் மிஸஸ் மல்ஹோத்ரா" என்றான்.

திரும்பியவள், மணியைப் பார்த்து "ஓஹ் ஷிட்" என்று போனை வாங்கினாள்.

"யப் மிஸஸ் மல்ஹோத்ரா" என்றாள். செழியன் வியப்பாய் பார்த்தான். நேற்றின் இரவிற்கும் இன்றின் பகலுக்கும் இடையில் மேடம் எனும் பதற்றம் போய் பெயரை மிக ஸ்டைலாக உச்சரிக்கும் மதியை கண்கொட்டாமல் பார்த்தான்.

“நாட் எக்ஸாட்லி, பட், ஜஸ்ட் எ செக்கண்ட்” என்று சொல்லிக்கொண்டே அவனை விட்டு விலகிப் போனாள்.

தனியாக இருக்கிறாயா என்ற கேள்விக்கு, தனியாகப் போகிறாள்.

அவள் பேசிக்கொண்டே போவதைப் பார்த்துக்கொண்டு அமர்ந்திருந்தான், செழியன்.

அத்தியாயம் 11

சில புகைப்படங்கள்

நினைவுகளுக்கானவை

சில நினைவுகள்

புகைப்படம் போன்றவை

சில கண்கள்

காலத்துக்குமானவை.

எப்போதெல்லாம் மனம் சமநிலையில் இல்லையோ, அப்போதெல்லாம் அலுவல் மேற்பார்வை எனும் பெயரில் பெங்களூருக்குச் சென்றுவிடுவது செழியனின் வழக்கம்.

வழக்கம்போல் பெங்களூரில் இறங்கிவிட்டான். ஆனால், பெங்களூர் வழக்கத்திற்கு மாறாக வெறிச் என்று இருந்தது.

சென்னையில் இருந்து முந்நூற்று ஐம்பது கிலோமீட்டர் இடைவெளியில் அப்படி ஒரு தட்பவெப்பநிலை மாற்றம் எப்படி சாத்தியம் என யோசிப்பான் ஒவ்வொரு முறையும். தட்பதட்பதான் சரி, வெப்பமே இல்லை அங்கு.

கடல் மட்டத்தில் இருந்து மூன்றாயிரம் அடி மேலே இருப்பதால், இந்தக் குளிர்ச்சி என எவராவது பெருமையாய் சொல்வார்கள். சென்னை கடலுக்குள்ளேயே இருப்பதால் அந்தக் கசகசப்பு.

மனம் சமநிலையில் இருக்க வானிலை ஒரு முக்கிய காரணம். குளிர்பிரதேசத்துக்காரர்கள் எப்போதும் இன்முகமாகத்தான் பெரும்பாலும் இருக்கிறார்கள். வெக்கையும் கத்தரி வெய்யிலும்

சகமனிதனைப் பார்த்தாலே எரிந்து விழ வைத்துவிடக்கூடிய காரணிகள்தான் எனத் தோன்றியது செழியனுக்கு.

பேருக்குத்தான் அலுவல் நிமித்தம் என பெங்களூர் வந்திருக்கிறான் என்பதை அங்குள்ள மேலாளருக்கு உணர்த்திவிட்டு, யாருமற்ற அலுவலகத்தில் சற்று சாய்வாக அமர்ந்து, ஓய்வான மனநிலைக்குள் புகுந்தான்.

அவனுக்கு மிக நன்றாகப் புரிந்தது. வேட்டைக்குத் தப்பி வெருண்டு ஓடிய மான், புதர்மறைவில் பதுங்கி அமர்ந்திருப்பது போல் உணர்ந்தான்.

எல்லாம் சரியாகத்தான் போய்க்கொண்டிருக்கிறது. காரணமில்லாமல் சோகமாய் இருக்கும் மனதிற்கு, காரணம் இல்லாமல் மகிழ்ச்சியாய் இருக்க ஒருபோதும் தெரிவதில்லை. இன்னும் சொல்லப்போனால், அதீத மகிழ்ச்சியில் திளைக்கும்போதெல்லாம் 'இருக்கு ஒனக்கு, சிரிக்கிறியா இரு இரு' எனும் மனக் குரல் கொக்கரித்து அச்சுறுத்தும் நிகழ்வுகள் நடந்தேறி இருக்கின்றன.

என்னதான் அலுவல் நிமித்தம் இல்லையென்றாலும், வந்து தொலைந்துவிட்டானே என வந்திருந்தான் பெங்களூர் கிளையின் மேலாளன் ஹரிஷ். இளைஞன். செழியன் மேல் மிகுந்த மதிப்பு வைத்திருப்பவன். செழியன் சொல்லும் அத்தனை யோசனைகளையும் அப்படியே செயல்படுத்துபவன். அதனால், செழியனுக்கு ஹரிஷ் என்றால் ஒரு ப்ரியம். அதைவிட முக்கியமாய் செழியனின் மனம் அறிந்து அதுபோல் நடந்துகொள்வான். வேலையில் தீவிரம் எனில், இரவு வரை உடன் இருந்து எல்லா மடல்கள் இன்னபிற இத்தியாதிகள் என அவனும் மும்முரம் காட்டுவான். போலவே "ஏனப்பா ஏனு சங்கதி" என தனக்குத் தெரிந்த இரண்டே கன்னடச் சொற்களை மதியம் சொன்னான் எனில், "ஏனு இல்லா சார், ஓக்கே லெட்ஸ் கோ அவுட்" என ஊர் சுற்றக் கிளப்பிக்கொண்டு போய்விடுவான்.

ஏனெனில் அந்த ஏனு சங்கதிதான் குழூவுக் குறிசொல். செழியன் அதைச் சொல்கிறான் எனில், போதுமப்பா வேலை எனப் பொருள்.

“ஹரிஷ், இஸ் தெர் எனி மேஜர் பாயின்ட் இன் ஆடிட்?”

“சா...ர் நத்திங். பட்...”

“நோ பட் இன் லைஃப்... எய்தர் சே நத்திங்... ஆர் கம் டு த பாயின்ட்.”

“நோ சார்... நத்திங் மேஜர்.”

“தட்ஸ் பெட்டர். So, ஏனு சங்கதி?”

“ஆல் ஓக்கே சார்... Shall we start...”

அவர்கள் வழக்கமாய் போகும் கிளப் இருக்கிறதா என தகவல் அறியும் பொருட்டு, சிலபல போன்கால்கள் செய்து, உதட்டைப் பிதுக்கினான்.

எப்படிப்பட்ட ஊர் அது. எம்.ஜி. ரோட்டில் ஒரு நடை நடந்தால் போதும். குளிர் வானிலையின் பொருட்டு மலர்கள் அத்தனையும் அவ்வளவு புத்துணர்வோடு இருக்கும். நடக்கும், கடக்கும் பெண்களையும் படைத்து கண்களையும் படைத்தவன், உங்களை பெங்களூர் சாலைகளிலும் நடக்கக் கடவது என அனுப்பியும் வைக்கிறான் எனில், வான் நோக்கி நன்றி சொல்லிக்கொள்ளுங்கள். அதை உணர்ந்தே செழியன் ஒவ்வொருமுறையும் எம்.ஜி. ரோடு, அங்கிருக்கும் குடிபானக் கும்மாளக் கடையில், பெரிதாகக் குடிக்காவிட்டாலும், ஓரத்தில் அமர்ந்து அந்தச் சத்தம், அந்தப் பாடல்கள், அந்த நாகரிக நளின சிகரெட் பெண்கள் என அத்தனையும் ரசிப்பான்.

அப்போதெல்லாம் அவனுக்குத் தோன்றுவது ஒன்றுதான். வாழ்வைக் கொண்டாடுவது என்பது ஒரு வகை. கொண்டாட்ட வாழ்க்கை என்பது இன்னொரு வகை. முதல் வகை நாம் தேடிக்கொள்ள வேண்டும். நூல் பிடித்து மேலேற வேண்டும். காரணங்களைக் கண்டறிந்து மகிழ்ச்சிக்குள் போகவேண்டும்.

இன்னொரு வகையான, கொண்டாட்ட வாழ்க்கை என்பது முற்றிலும் வேறு. நீங்கள் அந்தச் சூழலின் மத்தியில் இருந்தால் போதும். அவ்வளவுதான். அது கொண்டாட்டத்தின் மத்தியில்

இருப்பது போன்றது. பெங்களூரின் வாழ்க்கை முறை அப்படியான ஒன்று. எப்போதும் சில்லென்று பூத்த சிறுநெருஞ்சிக் காற்று. குளிர்காய வெயில். இரவானால், இடறி விழுந்தால் கேளிக்கை கொண்டாட்டம். சத்தம் சூழ்ந்த இடமா நிசப்தமான சூழலா எதைத் தேர்ந்தெடுத்து அமர்வது என்பதுதான் ஆகச்சிறந்த குழப்பம் எனில் யோசித்துக்கொள்ளுங்கள், வசந்த வாழ்வின் சூழலை.

அதைவிட முக்கியமாக, மனித மனதின் விலாசம். அவ்வளவு நாகரிகம் அடைந்துவிட்ட சென்னையின் முக்கிய பகுதிகளில்கூட, ஏதேனும் ஒரு பெண் சிகரெட்டை கையில் வைத்திருந்தால், ஒருமுறைக்கு இருமுறை திரும்பிப் பார்ப்பது, தான் பார்ப்பதை அப்பெண் உணரவேண்டும் எனப் பார்ப்பது. அதைவிட முக்கியமாய் சிகரெட் பிடிக்கிறாளே, பேசினால் பேசுவாள்தானே எனும் அத்தனை வித எண்ணங்களையும் கடக்க வேண்டிய நிலை. இருசக்கர வாகனத்தில் ஒரு பெண் தன்னை முந்திவிட்டால், உடனே முறுக்கி அவளை நெருக்கி முன்னால் போய் ஒருமுறை திரும்பி பார்த்துவிட்டு போவதுதான் ஆண்மனதின் அடியாழத்தில் சுழலும் குறுகுறுப்பு.

இவை அனைத்தும் மட்டுப்பட, அல்லது பெரிதான ஒன்று இல்லை என நினைக்க, சூழல் மிக முக்கிய காரணமாக அமையும். எல்லாவற்றையும் எளிதாக்குவது நோக்கமல்ல. ஆனால், எளிதானவற்றை எளிதாகக் கடப்பதில் மனம் தேற வேண்டும்.

செழியனின் சொற்பொழிவுகளை உம் கொட்டிக்கொண்டே கேட்பதாக உறுதியளித்துக்கொண்டு, காரை ஓட்டினான் ஹரிஷ். உலகின் மிக மோசமான சொற்கள் என்னவெனில், தன் மேலாளரை இறக்கிவிட்ட பிறகு, அந்தப் பணியாளர் தனியாகத் திட்டும் கெட்ட வார்த்தைகளாகத்தான் இருக்கும் என்பதையும் செழியனே சிரிக்கச் சிரிக்கச் சொன்னதும், எப்படி அதற்கு வினையாற்றுவது எனப் புரியாமல் ஹரிஷ் சிரித்தான்.

ஏதோ ஒரு வெறுமை செழியனைச் சூழ்ந்திருந்தது. மதியின் நடவடிக்கைகளா, மேலிடம் மதிக்குக் கொடுக்கும் இந்தத் திடீர் முக்கியத்துவமா என்று குழம்பினான்.

'Everywhere is a desert to the lonely man' என்ற வாசகத்தைப் பெரிதாக வைத்திருப்பார் அதிபன். ஏனோ அந்த வாசகம் நினைவிற்கு வந்தது. எவ்வளவு உண்மை. எங்கு எவ்வளவு கூட்டத்தில் இருந்தாலும் தனித்துவிடப்பட்ட மனம் ஒருபோதும் கூட்டத்திற்குள் திளைப்பதில்லை. மனதின் ஆதாரப்புள்ளி என்று ஏதேனும் இருக்கிறதா என்ன? எதையாவது தேடிக்கொண்டிருக்கையில், கையில் கிடைக்கும் ஒரு பழைய புகைப்படம் அந்த நொடியை, ஏன் அந்த நாள் முழுக்கவே நினைவுகளுக்குள் இழுத்துச் சென்றுவிடுகிறது எனில், கண்கள்தான் முதல் குற்றவாளியா? கண்ணில் படாதவரை மனம் அதன் இடத்தில் நிம்மதியாகத்தான் இருக்கிறதா? இதைத்தான் அவுட் ஆஃப் சைட் அவுட் ஆஃப் மைண்ட் என்கிறார்களா? எனில், கண்ணில் படாமல் தொலைந்தவை எல்லாம் அவ்வளவுதானா?

வெளியில் அத்தனை அமைதியாக காரில் அமர்ந்திருந்த செழியனின் மனதிற்குள் அத்தனை ஆர்ப்பரிப்பு. அதற்கு மேல் முடியாது என நினைத்த செழியன், அறைக்கு செல்லும் மனநிலைக்குப் போனான். அதை ஹரிஷிடம் சொல்ல, கார் கெஸ்ட் ஹவுஸ் நோக்கி திரும்பியது.

மொபைலை எடுத்தவன் ஏதேனும் தகவல் இருக்கிறதா எனப் பார்த்தான்.

வழக்கத்திற்கு மாறாக ஒரே ஒரு தகவல்கூட மதியிடம் இருந்து இல்லை.

பயணத்தின்பொழுதுகளில்தான் காதல் மூர்க்கமாகும். ஏன் போகிறாய், எங்கு போகிறாய், விட்டுப்போகிறாய், இல்லாமல் போகிறாய், இன்மை உணர்கிறேன், போகாதே போகாதே என் காதலா என போருக்குப் போவனைத் தடுப்பது போல் அத்தனையத்தனை இனிப்புஇன்மைகளை கொட்டித் தீர்ப்பாள். எழுந்தாயா, கிளர்ந்தாயா, பாதுகாப்பாக இறங்கினாயா, போய் வா மகிழ்ச்சிப் பயணம் எனச் சலசலத்துக்கொண்டே இருக்கும் வாட்ஸப்.

இன்று ஒன்றுமில்லை. அவளின் குரலே சரி இல்லை. ரித்து, தனியாக இருக்கிறாயா எனக் கேட்டதும் தனியாகப் போகிறாள். மதியா அப்படி, அவனும் அவளும் சேர்ந்து இருந்தாலும் அது தனிமைதானே?! எனும் கேள்விக்குறியும் ஆச்சர்யக்குறியும் சேர்ந்தேயெழுந்தன. இதற்கு முற்றுப்புள்ளி வைக்க வேண்டும் என நினைத்தான்.

அதற்காக, இப்படி ஊருக்கு வந்ததைப் பற்றிக்கூட கேட்கவில்லையே அவள் எனும் எண்ணமும் தோன்றியது.

வேறு ஏதேனும் தவறிழைத்தோமா என்று யோசித்தான்.

இல்லையே, அவளுக்கு வாழ்த்து சொன்னான். புதிய உற்சாகத்திற்கு துணை நிற்பதாக நம்பிக்கை கொடுத்தான். நல்லபடியாகத்தானே எல்லாமும் போயிற்று என்று யோசித்தான்.

முதல் முறையாக செழியன் தன் உயரத்தில் இருந்து இறங்க மறுத்தான்.

காரிலிருந்து இறங்கினான்.

மறுநாள் காலையில் சந்திப்போம் என ஹரிஷை அனுப்பிவைத்தான்.

கெஸ்ட் ஹவுஸில் இருக்கும் வடநாட்டு சிப்பந்திகள் செழியனுக்கு மிக நெருக்கம். ஏனெனில், அவர்களிடம் அவ்வளவு நட்பாய் இருப்பான். அவர்களை பெயர் சொல்லி அழைக்கும் ஒரே ஆள் செழியனாகத்தான் இருப்பான். அவ்வளவு சிறிய விஷயம்தான். ஆனால், அவர்களுக்கு அது மிகப்பெரிய ஒன்றுபோல் மலர்ந்து, அவனைக் கவனித்துக்கொள்வார்கள். மனிதர்களுக்குத் தேவை மனிதர்கள்தான். ஆனால், அதைத் தவிர மற்ற அனைத்தையும் தேடி ஓடிக்கொண்டே இருக்கிறோம் என்று அதிபன் அடிக்கடி செழியனிடம் சொல்வதுண்டு.

“கியா ஹால் ஹேய் தீபக்...”

தன் உடமைகளை வாங்க வந்த தீபக்கிடம் நலம் விசாரித்தான். அவன் வாய் எல்லாம் பல்லாக மலர்ந்தான்.

“ஏக் தம் டீக் ஹேய் சாப்.”

தீபக்கிடம் இன்னது வேண்டும் என்று சொல்லிவிட்டால் போதும், அது என்னவாக இருந்தாலும் கொண்டு வந்துவிடுவான். ‘ஆப் காம் போலோ சாப்’ என்பதுதான் ஒரே வாக்கியம். என்ன வேலைன்னு சொல்லுய்யா போதும் என்பதே அவன் நியதி.

அன்று ஏதோ விநோதமாகப் பட்டது. ஒருவித மினுமினு சட்டை, முகமெல்லாம் பூரிப்பு.

“க்யா பாத் ஹேய், சமக்ரா” என்று அவன் மினுமினுப்பைக் கேட்டதும், அவ்வளவு வெட்கத்தை வரவழைத்துக்கொண்டு,

“ஜனம்தின் ஹே சாப்” என்றான்.

உடனே அவனைக் கட்டிப்பிடித்துவிட்டு, ‘முபாரக்கோ’ என வாழ்த்தி பணத்தைக் கொடுக்கும்போதே கைகள் நடுங்கின செழியனுக்கு.

‘போய் ஆகணுமா அதுவும் இந்த வாரம்?’

‘எப்போ ரிட்டன், ஓஹ் சூப்பர்.’

என விதவிதமாய் மதி கேட்ட கேள்விகள் அத்தனைக்கும் பதில் கிடைத்துவிட்டது.

பூமி பிளந்து உள்ளே போகும் இதிகாச வைபவங்கள் அரங்கேறுவது போல் தோன்றியது. குனிந்து பார்த்தான்.

மங்கல்கள் மங்கி பளிச்சென நினைவிற்குள் வந்தது.

இன்று மதிக்குப் பிறந்தநாள்.

தலையில் கை வைத்தான்.

எப்படித் தப்பியது? யாருமே எவருமே இதைப்பற்றி எங்குமே மூச்சுவிடவில்லையே.

இல்லை விட்டிருந்தார்கள். பெருமூச்சுகள் பெரிய பெரிய வாழ்த்துகள் என எல்லா தளத்திலும் கொண்டாடித் தீர்த்துக்கொண்டிருந்தார்கள்.

செழியன் எதிலும் கவனம் செலுத்தாமல் விட்டிருந்தான். கண்களில் ஒவ்வொரு வாழ்த்தாக தென்படத் தென்பட மனம் மதியை எப்படி எதிர்கொள்வது என்ற அச்சத்திற்குள் போனது.

அச்சத்தைவிடவும் இன்னும் அதிகமாக கோபத்திற்குள்ளும் போனது.

மும்பையின் நசீம், அத்தனை இதயத்துடிப்பான்களை பறக்க விட்டிருக்க,

செழியனை வெறுப்பேற்றும் பொருட்டோ என்ன காரணமோ,

மதி, 'நசீம் உனது இந்த வாழ்த்து மகத்தானது. என் வாழ்வில் மிக முக்கியத் தருணம்' என்று இன்னும் என்ன என்னவோ எழுதி இதயங்கள், மலர்கள் எனப் பறக்கவிட்டு நன்றி சொல்லி இருந்தாள்.

செழியன் மதியை அழைக்க,

முதல் அழைப்பிலேயே எடுத்தாள்.

அத்தியாயம் 12

என்னிலும்

மேலானவள் நீ

என்றுன்னை

உணரச் செய்ததில்

உறைந்து கிடக்கிறது

என்

பெருங்காதல்

"Yup... hello..."

என மிக நேர்த்தியான குரலில் மீண்டும் மீண்டும் பேசுவது கேட்டும், செழியன் எதுவும் பேசாமல் இருந்தான்.

இரண்டு நாள்களுக்கு முன்பிருந்தே கவுண்ட் டவுன் செய்திகள் அனுப்புவான். இன்னும் 40 மணி நேரங்கள், இன்னும் 20 மணி நேரங்கள் இன்னும் ஒரு நொடி எனச் சளைக்காமல் அனுப்பிக்கொண்டே இருப்பான்.

அவள் பிறந்ததை இவ்வளவு கொண்டாடத்தான் வேண்டுமா எனும் அளவு, அவளைத் திக்குமுக்காட வைத்திருக்கிறான். கூடை நிறைய பூக்கள், சாக்லேட்கள், அடர் கருப்பில் பளீர் வெண்மையில் எனச் சட்டைகள், பேனா, கடிகாரம் (வாவ் டாமி!) என எல்லாமே ஒரே பிறந்தநாளில் கொடுத்த அதே செழியன், இன்று முற்றாக மறந்து, சொற்களற்ற வெற்றான நிலையில் நின்றிருக்கிறான்.

அதுவரையிலான நுனிநாக்கு ஆங்கிலத்திலிருந்து, சற்று உடைத்து குரல் எடுத்தாள் மதி.

“டா, திட்டமாட்டேன் பேசு.”

இந்த டா, செழியனுக்கான ஒற்றைச் சொல்.

தொண்டையைச் சரிசெய்துகொண்டு,

“ஹாப்... மெனி மோர் ஹாப்பி ரிட்டர்ன்ஸ் ஆஃப் த டே மதி.”

“தேங்க்யூ செழி... மிஸ்ஸிங் யூ, நீ இருந்தா நல்லா இருந்துருக்கும் இன்னிக்கு... பட், ஆடிட்டிங், பரவால்ல, *I can understand.*”

நன்றாக ஊறிய தேனை அப்படியே உருட்டிப் பிசைந்து மூக்கிற்குள் செலுத்துவது போலிருந்தது மதியின் சொற்கள். நல்ல நயமான சுத்தமான அக்மார்க் சர்க்காஸம். செழியனுக்குப் பிடிக்காத ஒன்று. ஆனால், வேறு வழியில்லாமல் அமைதியாகக் கேட்டுக்கொண்டிருந்தான்.

“எனிதிங் எல்ஸ் பாஸ்” என்றாள், அமைதியை உடைக்கும் வண்ணம்.

இல்லை என்று சொல்வதாக நினைத்து தலையாட்டினான். மொபைலில் பேசிக்கொண்டிருப்பதை மறந்து.

மதியின் அந்த நாகரிக மிதப்பு ‘ஹல்லோவ்’ மீண்டும் கேட்க சுதாரித்து,

“நத்திங் மதி, ஹேவ் அ ப்ளாஸ்ட்” என்றதும், பட்டென சொன்னாள் “ஓ யெஸ், *Already I’m.*”

பெங்களூரில் வியர்த்தது செழியனுக்கு.

கொஞ்ச நேரம்தான். த்ரிஷ்யம் மோகன்லால் காட்சிகளைப் படரவிட்டு வழி தேடுவாரே, அப்படி தனக்குத் தெரிந்தவற்றில் இருந்து யோசித்தான்.

டேமேஜ் கண்ட்ரோல். ஒன்று நடந்த பிறகு என்ன செய்யவேண்டும் என யோசிக்க வேண்டும். செயல்படுத்த வேண்டும். அப்படிச்செய்தால் இழப்பின் அளவைக் குறைக்கலாம்.

இந்த உலகில், ஒரு தவறு நேர்ந்த பிறகு, வாடிக்கையாளர்களுக்கு நாமாக செய்யும் போன் காலுக்கு அவ்வளவு மரியாதை உண்டு.

தவறை ஒத்துக்கொண்டு, இப்படி ஒன்றை மாற்றாக ஏற்பாடு செய்கிறோம் என்று உண்மையைச் சொல்லிப் பாருங்கள். முதலில் அதிர்ந்து, எதிர்வினை ஆற்றினாலும் ஒரு நொடியில் மாறிவிடுவார்கள்.

ஆனால், அதுவே, அவர்கள் போன் செய்யும்பொழுது, எவ்வளவு சரியான காரணம் சொன்னாலும் அவர்கள் மனம் ஏற்காது... அதை ஏன் முன்பே சொல்லவில்லை, ஏமாற்றுகிறீர்கள் என பிரச்சனை இன்னும் பெரிதாக ஆகும்.

இதுபோல எத்தனை முறை தன் குழுவிற்கு எடுத்துச் சொல்லி பேசி இருப்பான். எத்தனை எத்தனை விளக்கம் கொடுத்திருப்பான். அத்தனையும் யோசித்தான்.

என்ன செய்தால் மதி சரி ஆவாள்? மிகப்பெரிய தவறு. *Blunder.* சிப்பாய் மீது கவனம் செலுத்தும்போது, யானையை வெட்டுக்கொடுத்து செஸ் ஆட்டம் கெட்டது போல் ஒரு நிலை.

அனாமிகாவை அழைத்தான். ஒரு திட்டம் சொன்னான். எப்படியாவது அதைச் செயல்படுத்தச் சொன்னான். தான் அன்று இரவிற்குள் சென்னையில் இருக்கும்படியும் ஏற்பாடு பண்ணச் சொன்னான்.

மனம் கொஞ்சம் ஆறுதல் அடநந்தது போலிருந்தது.

I'm Sorry mathi என்ற வாய்விட்டு மனதாரச் சொல்லிக்கொண்டான். மன்னிப்புகள் நேரடியாக கேட்கப்பட வேண்டும் என எந்த நிர்பந்தமும் இல்லை. அது ஓர் உணர்தல். மனதார உணர்தல்.

சென்னையை அடையும்பொழுது இரவு பதினொன்று ஆகி இருந்தது. இன்னும் ஒரு மணி நேரத்திற்குள் அவள் முகம் பார்க்க வேண்டும். இன்றைய நாள் கணக்கு.

அத்தனை வாட்ஸப் மெசேஜ்கள். அத்தனையும் திட்டுகள். சிரித்துக்கொண்டே படித்தான்.

அவன் அனாமிகாவிடம் சொல்லி ஏற்பாடு பண்ணியபடி, ஒவ்வொரு மணி நேரத்திற்கும் ஒரு பரிசு அவளை

அடைந்துகொண்டிருந்தது. பூ, புடவை, இனிப்பு, செருப்பு என விதவிதமான பொருட்கள். இரவு பதினொரு மணி கணக்கிற்கு கொலுசுகள்.

ஒவ்வொன்றாய் படம் எடுத்து திட்டியும் கோப முகம் காட்டும் பொம்மையுமாக அனுப்பிக்கொண்டிருந்தாள்.

அனாமிகாவிற்கு நன்றியை அனுப்பி, 'லவ் யூ அனாமிகா' என்றும் அனுப்பினான். தெரியும் பாஸ் என்று பதில் அனுப்பினாள். அன்பின் நிமித்தம் செய்யப்படும் எந்த ஒன்றிற்கும் நன்றியைத் தாண்டிய ஒன்று உண்டு. மனம் கசியும் உணர்வு. அதை நிச்சயமாக தெரியப்படுத்த வேண்டும் என்று உணர்ந்தான். அவனின் அந்த லவ் யூவை அதே உணர்வோடு எதிர்கொண்டாள் அனாமிகா.

மதியிடம் இருந்து, *Its 12, So its over? Nothing for this hour?*

என்று செய்தி வந்தது.

"தயவுசெய்து கதவைத் திறக்கவும், மேம்" எனப் பதில் அனுப்பினான்.

பதினான்கு கேள்விக்குறிகளை பதிலாய் அனுப்பினாள்.

காலிங் பெல் அடித்த சத்தம் கேட்டு அவசரமாய் ஓடிவருவதற்குள், மதியின் அப்பா கதவைத் திறந்தார். பிறகுதான் கண்களைத் திறந்தார். செழியனை அந்த நேரத்தில் பார்த்ததும் வாயையும் திறந்தார்.

"ஹாய் அங்கிள்... மதி நம்பர் ஸ்விட்ச் ஆஃப், *I'm pushing to native.* இந்த பென் ட்ரைவ் குடுக்கணும். அர்ஜெண்ட்."

அவருடைய பார்வையில் ஒரு கவுண்டமணி குடிகொண்டது போலிருந்தது. நல்லவேளையாக மதி வந்துவிட்டிருந்தாள்.

"பாஸ், இந்த நேரத்துல வாட் ஹேப்பண்ட்?" என வசனம் பேசும்போது, கையை என்ன பண்ணுவது என்று தெரியாமல் நிற்கும் துணை நடிகையைப் போல் பதறினாள்.

செழியன் சிரிக்க, சிரிப்பு வந்துவிட்டது மதிக்கு.

மதியின் தந்தை, “ப்ளீஸ் கம் இன்” என அழைக்க,

நாகரிகமாக மறுத்து, பென் ட்ரைவ் இருக்கும் கவரை மதியிடம் குடுத்துவிட்டு கிளம்பும்போது, “ஹே... இன்னிக்கு பர்த் டேல்ல” என கச்சிதமான ஏற்ற இறக்கத்தில் சொல்லி மணியைப் பார்க்க, 11:59 எனக் காட்டியதை அவளுக்கு உணர்த்தினான்.

“தேங்க்யூ பாஸ்” என்றாள்.

கட்டை விரல் உயர்த்தினான். கிளம்பினான்.

கதவை மூடுவதா வேண்டாமா என நின்றிருந்தார் மதியின் அப்பா.

நேராக ரெஸ்ட் ரூமிற்குப் போனவள் கவரைப் பிரித்தாள்.

சிறிய, அழகான கற்கள் பதித்த ஜிமிக்கிகள். எப்போதோ வாங்கி வைத்திருக்கிறான் என அதில் இருந்த பில் சொல்லியது.

லவ் யூ என்று டைப் செய்து, அதை அழித்தாள். மீண்டும், எதையோ டைப் செய்து அதையும் அழித்தாள்.

சில பொழுதுகளில் சொற்களோ செய்திகளோ தேவைப்படுவதில்லை. அவளின் அப்போதைய அந்த நிறைவை அத்தனை துல்லியமாய் உணரமுடிந்தது செழியனால்.

அதிபன், படுத்திருந்த செழியனைப் பார்த்துவிட்டு, தேதியையும் கிழமையையும் குழப்பமாகப் பார்த்தான்.

ஏற்கெனவே மகிழ்ச்சியில் இருந்த அதிபனின் மனம், செழியனைப் பார்த்ததும் இரட்டிப்பாகியது. சரி தூங்கட்டும் என வெளியில் கிளம்பினான்.

சென்னையின் அதிகாலை என்பது கைக்குழந்தையின் உறக்கச் சிரிப்பைப் போன்றது. குளிரற்ற காலை. தெருவிற்குள் நான்கைந்து சுற்றுகள் நடந்துவிட்டு வந்தான்.

“என்னடா, ஏழு நாள் ஒம்போது நாள்னு சொன்ன, போனதும் வந்துட்ட.”

அதிபனுக்கும் சேர்த்து காஃபி கலந்திருந்தான் செழியன். இருவரும் அமர்ந்து குடித்து முடிக்கும்போது, செழியன் நடந்த கூத்தை சொல்லி முடித்திருந்தான்.

அதிபனிடம் திட்டுவிழும் என்று நினைத்தவனுக்கு வியப்பாக இருந்தது.

“இந்த பிறந்தநாள மறக்குறதுன்றது இன்னிக்கு நேத்தா நடக்குறது இல்ல இவனே, காலங்காலமா இந்தக் கருமத்ததான் ஆம்பளைங்க பண்றது.”

செழியனுக்கும் சிரிப்பு வந்தது.

“நீங்களும் மறந்துருக்கீங்களா இப்பிடி, அக்காட்ட வாங்கிருக்கீங்களா?”

---❖---

பந்து சரேல் என டிபன்பாக்ஸின் மீது விழுந்து கடக்க, டப்பா கீழே விழுந்து பிளந்து, உள்ளிருந்த எல்லாம் கொட்டியது.

“அவனோட பாக்ஸ்தான்” என கேலரிப் படிக்கட்டுகளில் அமர்ந்திருந்த கேசவன் கத்தினான்.

தென்றல் திரும்பிப் பார்க்க, அதிபனின் டிபன் பாக்ஸ் சிதறி இருந்தது. எடுத்து கழுவி காய வைத்தாள்.

எதைப்பற்றியும் கவலைப்படாமல் ஆடிக்கொண்டிருந்தான் அதிபன்.

கடைசி ஓவரில் பத்து ரன்கள். ஆனால், அதிபன் இப்போது ரன்னர் எண்டில் மாட்டிக்கொண்டிருந்தான்.

“எப்பிடியாச்சும் தட்டிவிட்டு சிங்கிள் எடுத்துர்றா...” என மைதானத்தில் சத்தம் எல்லாத் திசையிலும் இருந்தும் பறந்தன.

ஆனால், முதல் இரண்டு பந்துகளை தொடவே இல்லை அந்தப் புண்ணியவாளன். தென்றலுக்கு பயம். எங்கே அதிபன் அவனை அடித்துவிடுவானோ என.

அதிபன் போய் ஏதோ சொன்னதும், அவன் பூம்பூம் மாடுபோல் மண்டையை ஆட்டினான். அதிபன் சொன்னது போலவே மட்டையில் படாவிட்டாலும் பரவாயில்லை எனத் தலைதெறிக்க ஓடினான்.

முன்பே முடிவெடுத்திருந்த அதிபன், இந்த எல்லைக்கு ஓடிவந்திருந்தான்.

“போய்த்தொலைடா ஊதுகாமால” எனத் திட்டிக்கொண்டேதான் ஓடினான் அதிபன்.

நான்காவது பந்தை அச்சர சுத்தமாக நச்சக் என டிஃபென்ஸ் வைத்து தன் காலடியில் கிடக்க வைத்து, அந்தப் பந்தை எடுத்து பவுலரிடம் போட்டான் அதிபன்.

வெளியில் இருக்கும் எதனொன்றின் மீது வைக்கும் நம்பிக்கை என்பது வேறு. தன் மீது தனக்குள்ளான ஒன்றின் மீது வைத்திருக்கும் நம்பிக்கையின் வெளிப்பாடு அது.

மைதானம் “லெஃப்ட்டா...” என அதிர அதிர...

அடுத்த இரண்டு பந்துகளையுமே பறக்கவிட்டான்.

ஒரு வெற்றி கொடுக்கும் உற்சாகம் போல் வேறு எதுவும் இல்லை என்பதுபோல் சிரிப்பும் வியர்வையுமாய் நடந்து வந்தவன், எல்லாவற்றையும் வைத்துவிட்டு சுற்றிலும் பார்த்தான். அவன் பசி உணர்ந்து தென்றல் நெளிந்து போயிருந்த அவன் டிபன் பாக்ஸைக் காட்டினாள்.

“அய்யா அடிச்ச அடி அப்பிடி” என சிரித்தவள், அவளுடைய டிபன் பாக்ஸை எடுத்துக் கொடுத்தாள்.

“நீ செய்யல இல்ல, ஒங்கம்மாதான?” எனக் கேட்டுக்கொண்டே திறந்தவன், அரை நொடியில் முடித்துக் கொடுத்தான்.

“இந்த ஒரு பருக்க என்ன பாவம் பண்ணுச்சு, அதையும் வழிச்சு நக்கிரு” என நீட்டினாள். பளபளவென ஆக்கி இருந்தான் டப்பாவை.

சிரித்தவன்,

“சரி இரு, ஃப்ரெஷப் பண்ணிட்டு வர்றேன்... போய் சாப்டலாம்.”

“இன்னும் என்னடா?” பயந்துதான் கேட்டாள்.

“அட நீ சாப்டணும்ல, எனக்கு இல்ல.”

சிரித்தாள்.

உண்மையில் அவளுக்குப் பசி எல்லாம் இல்லை. ஆனால், அவனோடு பைக்கில் போவது அவ்வளவு பிடிக்கும் என்பதால் “ஆமா பசிக்குது. சீக்கிரம் வா” என்றாள்.

அருகில் இருக்கும் கடைகளை வேண்டாம் வேண்டாம் என அழகர் கோயில் ரோட்டிற்குக் கூட்டிப்போய்விட்டாள்.

“லூசா நீ... அவ்ளோ கடைங்க இருந்துச்சு, இதுக்கு மேல கடையே இல்ல.”

“இருக்கும் இருக்கும், போ...”

தென்றல் தன் முகத்தை அதிபனின் தோளில் வைத்து கண்ணாடியைப் பார்த்தாள்.

அவள் பார்ப்பதை அவனும் சற்று குனிந்து பார்த்தான். இருவரின் முகமும் ஒட்டி இருந்ததை பார்க்க தென்றலுக்கு மிகப் பிடித்திருந்தது.

வண்டி சற்றும் வேகம் குறைந்தது. உருட்டினான்.

“அதி...”

“ம்...”

“நான் சொல்றத அப்பிடியே சொல்லணும்.”

“ம்...”

“ஹேப்பி.”

அதிபன் ஒன்றும் சொல்லாமல் ஒட்ட, முகத்தை வைத்து தோளில் தட்டினாள், “சொல்லு...”

“ஹேப்பி.”

“ஹேப்பி.”

“பர்த்டே.”

அதிபன் திரும்ப, அவனைத் திரும்பவிடாமல் தன் கன்னத்தை வைத்தே அவனை நேராக பார்க்கவைத்து,

“பர்த்டே.”

“பர்த்டே டு யூ”

அதிபன் நிறுத்தினான்.

“போன மாசமே சொன்னல்ல, மறந்துட்டேண்டீ... ஸாரி!”

“அட, இப்ப சொல்லுடா.”

“என்ன சொல்லணும்?”

“ஹேப்பி பர்த் டே டு மை டார்லிங் தென்றல்னு சொல்லு.”

அதிபன், அவளைத் தன் மார்பில் புதைத்துக்கொண்டு,

“நீன்னா பிடிக்கும்.” என்றான்.

அவள் நிமிர்ந்து அவனைப் பார்க்க எத்தனித்தாள். அவளைப் பார்க்கவிடாமல் கையால் அவள் கண்களை மறைத்தான்.

தலையால் அவள் நெற்றியை முட்டி, “ஸாரி” என்றான்.

“ம்ம்...” என்றாள்.

---❖---

அத்தியாயம் 13

பௌர்ணமி இரவில்

கடற்கரை மணலில்

நாம் நிற்கும்போது

உன்னிடம் எதிலாவது

நான் தோற்க வேண்டும்.

சரட்டென இருள் கிழிபடும் தீக்குச்சியில் இருந்து வரும் கந்தக வாசத்தோடு தீபத்தை ஏற்றும் பெண்ணின் குனிந்த முகத்தில் இருந்து மினுங்கும் மூக்குத்தியின் வெளிச்சம் போல் மின்னின, செழியனின் கண்கள்.

வரும் சிரிப்பை அடக்க அடக்க, அவன் கண்கள் சிரிக்கத் துவங்கின.

“வாட்?” என கேட்ட மதியின் முகத்திலும் சிரிப்பு.

கலந்தாய்வோர் கூட்டம் அமரும் அறை. செழியனும் மதியும் மட்டும்தான் இருந்தார்கள் அவ்வளவு பெரிய நீள்வட்ட மேஜைக்கு இருபக்கமாய் எதிரெதிராக அமர்ந்திருந்தார்கள்.

நாற்காலியை இங்குமங்கும் உருட்டி எதையோ எடுப்பது போல் நடித்தாள். ஜிமிக்கி ஆட வேண்டும்.

“செமயா இருக்கு ஒனக்கு.”

“எல்லாருக்கும் காது இப்பிடித்தான இருக்கும். கமான் மிஸ்டர் செழி, வயசாகிருச்சு ஒனக்கு, கடல போட வரல, மறதி வேற வந்தாச்சு.”

சொல்லிவிட்டு புருவம் உயர்த்தி ஆமாம்தானே என்பது போல் சைகையால் கேட்டாள்.

“அது என்னமோ கரெக்ட்தான். டக்குனு கல்யாணம் பண்ணிறலாமா?”

மதி சிரிக்க,

“நோ நோ, ஐ'ம் சீரியஸ், ஐ திங்க், இதுதான் கரெக்ட்டான டைம். எனக்கு.”

“உனக்கு” என அழுத்தமாக சொன்னாள்.

செழியன் கொஞ்சம் நாற்காலியை நேராக ஆக்கி, நிமிர்ந்து அமர்ந்தான்.

“ஹே, யெஸ், அல்மோஸ்ட் நியரிங் 30. கரெக்ட்டா எல்லாமே செட் பண்ணியாச்சு. நீ வந்தா போதும். எவ்ரி ப்ளடி திங்ஸ் ஆர் ரெடி.” என அவளைப் பார்த்தான்.

“செழி, ட்ரெயினிங் பத்தி பேசணும்னுதான வந்தோம். லெட்ஸ் டிஸ்கஸ் திஸ் லேட்டர்.”

“வாட்? ட்ரெயினிங் அது இதுனு, க்ராப். நம்ம லைஃப் பத்தி பேசிட்டு இருக்கேன்.”

மதி முகத்தை தன் இரு கைகளைக் கொண்டும் மூடி, மெதுமெதுவாக இறக்கினாள். அவள் கண்கள் கன்னத்தோடு கீழ் நோக்கி இழுபட, கண்களை நேராகப் பார்த்தான்.

தலையை ஆட்டினாள். ஜிமிக்கி ஆடுவதைப் பார்த்தான். ஆட்டுவதை நிறுத்தினாள்.

அவள் கையில் இருந்த பேனாவை எட்டிப் பிடுங்கினான்.

“மதி, புதுசா திடீர்னு சொல்ற மாதிரி என்ன யோசிக்கிற? ஐ திங்க், கொஞ்ச வருஷம் முன்னாடி நாம ஒரு ட்ரெயினிங் பத்தி டிஸ்கஸ் பண்ணோம், யூ ரிமம்பர்?”

மதி ஆம் என்பது போல் தலையாட்டி, மெல்லிய குரலில், "பிக் 5" என்றாள்.

"எக்ஸாட்லி, அது செம ட்ரெயினிங்ல, எக்ஸலண்ட் இன்புட்ஸ்..."

பேசிக்கொண்டே அந்த வீடியோவைத் தேடி, ப்ரொஜெக்ட்டரில் இணைப்பைக் கொடுத்து ஓடவிட்டான்.

அந்தப் பெண், அழகான மொழியில், அவ்வப்போது சிரித்து, ஆங்காங்கே அப்படித்தானே என முன்னால் அமர்ந்து இருப்பவர்களிடம் கேட்டு என அந்த அறையை உற்சாகப்படுத்தி பேசினாள்.

"வாழ்வில் முக்கியமான ஒன்று, BIG FIVE. உங்கள் வாழ்வில் இந்த ஐந்து விஷயங்களை நீங்கள் அடைய வேண்டும் என எதை நினைக்கிறீர்களோ அதைப் பட்டியல் இடுங்கள். இது ஒவ்வொருவருக்கும் மாறுபடும். சிலருக்கு, இதே வாழ்க்கை, சிலருக்கு வெளிநாடு செல்ல வேண்டும், சிலருக்கு வீடு வாங்க வேண்டும் இப்படி என்னவாக வேண்டுமானாலும் இருக்கலாம். ஆனால் பட்டியல் இடுங்கள், தயவுசெய்து."

செழியன் பார்வையாளனாக பின்னால் அமர்ந்திருந்தாலும் எழுதினான்.

ஆச்சர்யமாகப் பாதிக்கும் மேற்பட்டோரால் மூன்றுக்கு மேல் எழுத முடியவில்லை. மீதி இருப்போர், சம்பந்தமே இல்லாமல் ஓவியர் ஆவது, வானம் ஏறி குதிப்பது போன்ற ஆசைகளை எழுதி வைத்திருந்தார்கள்.

சிரித்துக்கொண்டே மீண்டும் விளக்கினாள் பதுமை.

"முதலில் என்ன செய்ய வேண்டும் வாழ்வில் என்பதைத் தீர்மானியுங்கள். அதைவிட முக்கியமாய் அதை எப்போதிற்குள் முடிக்க வேண்டும் என்பதையும் தெளிவாக எழுதி வைத்துக்கொள்ளுங்கள். பிறகு முக்கியமான ஒன்று, வெற்றிகள் உங்களை உற்சாகம் அடையவைக்கும். அதனால் சிறிய, எளிதாக

இலக்கை அடையக்கூடியவற்றையும் சேர்த்துக்கொள்ளுங்கள். *All the best.*" என்று முடிக்க, திரையை அணைத்தான்.

"அன்னிக்கு நான் எழுதுன பிக் 5-ல 30-க்குள்ள கல்யாணம், 40-க்குள்ள பிஸினஸ் ஹெட், 45-க்குள்ள சி.இ.ஓ. 55-ல ஊருக்குப் போயிறணும்னு... ஐ திங்க், உங்கிட்ட காட்டினேன். அதுல நீ ஆர்ட்டின்லாம் வரைஞ்ச..." என எழுந்தான்.

கண்கள் வழியாக கொட்டாவியை வெளியேற்ற பாடுபட்டு, முடியாமல் நாகரிகமாய் கைகளைச் சொடுக்கி, கொட்டாவிவிட்டாள்.

"செழி, யெஸ். பண்ணலாம். பட், அன்னிக்கும் நீ என்னோட லிஸ்ட் கேட்கல, இப்பவும் நீ கேட்கல, இல்ல?"

சிரித்தாள்.

சிரித்துக்கொண்டே, "அட ரெண்டும் ஒண்ணுதான. இட்ஸ் வீ ரைட்..?" என்றான்.

"நோ, இட்ஸ் மீ." எனச் சிரித்துக்கொண்டே சொன்னவள், "உன்ன யாரு இன்னிக்கு இந்த ஒயிட் ஷர்ட் போடச் சொன்னது, அர்விந்த் மில் ரைட்?" என்றாள்.

"வாட்?"

"நத்திங், நீ இந்த ஒயிட்ல இருந்தா ஒன்ன திட்ட மனசு வராதேன்னு பாத்தேன்."

"ஓ, திட்டு... வாங்கிக்கிறேன்."

"ஜஸ்ட் கிடிங், அத விடு.. அன்னிக்கு நீ லன்ச் முடிஞ்சு போய்ட்ட. அதே ட்ரெயினிங்ல ஒரு ஆக்டிவிட்டி செஷன் நடந்துச்சு."

"ம்ம்..."

செழியன் நடந்து கதவருகே நின்று, கண்ணாடி வழியாக யார் என்ன செய்கிறார்கள் என்று பார்த்தான். சிட்டிபாபு மகிழ்ச்சியாக அனாமிகாவிடம் ஏதோ சொல்லி, தன் மொபைலைக்

காட்டிக்கொண்டிருந்தார். செழியன் மீண்டும் திரும்பி, தன் எதிரே அமரும் வரை எதுவும் பேசாமல் காத்திருந்தாள்.

மதி எதுவும் பேசாமல் இருப்பதைப் பார்த்து திரும்பியன், "ம்ம், கண்ட்டினியூ" என்றான்.

அவளுக்கு எதிராய் வரச்சொல்லி சைகை செய்தாள். தன் நாற்காலியைப் பின்னுக்கு உருட்டி, கால் மேல் கால் போட்டு கொஞ்சம் வசதியாக அமர்ந்தாள் மதி.

"என்ன சொல்ற, உன்ன எவன் இந்த காட்டன்ல..." எனப் புருவம் உயர்த்தி சிரித்தான்.

"சரி சொல்லு..."

"அந்த ஆக்ட்டிவிட்டி என்ன தெரியுமா..?

ஒரு கேள்வி, நாம போற ஃப்ளைட் ஒண்ணு அல்மோஸ்ட் *Crash* ஆகுற மாதிரி கண்டிஷன். பைலட் எப்பிடியோ ஒரு காட்டுக்கு நடுவுல எறக்கிட்டாரு. பாதி உடைஞ்ச ஒரு மாதிரி, டேஞ்சர் சிச்சுவேஷன். அங்க இருந்து ஒரு ரெண்டு நாள் நடந்து ஏதாவது பக்கத்து ஊருக்குள்ள போகலாம். ஆனா, போற வழில அனிமல்ஸ், இன்னும் என்ன டேஞ்சர் இருக்கும்னு தெரியாது, சாப்டவும் எதுவும் கிடைக்காது. சில திங்ஸ் அங்க இருக்கு. அதுல எதையாவது எடுத்துக்கலாம்னா என்ன எடுப்பீங்க? ரெண்டு மட்டும்தான் எடுக்கணும்."

தன் மொபைலில் அந்தப் பட்டியலை தேடி எடுத்து வாசித்தாள்.

"மேப், கத்தி, பிரெட் பாக்கெட்ஸ், ஜாம், வாட்டர் பாட்டில்ஸ் பேக், துப்பாக்கி, எவ்ளோ பெரிய புண்ணா ஆனாலும் சரி ஆக்குற மெடிக்கல் கிட், ஒயின் பாட்டில்ஸ்." முடித்து தோளைக் குலுக்கினாள்.

செழியன் சிரித்தான்.

"நான் அடிக்கடி யார்கிட்டயாவது போன்ல சொல்வேன்ல, பாப்கோ மத் சிகானேகா."

மீண்டும் சிரித்தான். "எனக்கு ஆன்சர் தெரியும் மதி, இந்த மாதிரி எவ்ளோ ஆக்டிவிடீஸ் நாமளே கண்டக்ட் பண்ணி இருக்கோம்."

ஆனாலும் செழியனுக்கு இதைச் சிறிய விளையாட்டாக, மற்றவர்களுடன் நடத்த வேண்டும் என நினைத்தான். மதியிடம் சொல்ல, அவளும் உற்சாகமாக வெளியில் இருப்போரை அழைத்தாள்.

அனாமிகா முகத்திலேயே கேள்விக்குறியை தேக்கிக்கொண்டு வந்தாள். சிட்டிபாபுவைத் தவிர அனைவரும் வந்துவிட்டார்கள். மிக குறைந்த அளவில்தான் இருந்தது கூட்டம். செழியன், சிட்டிபாபுவையும் அழைத்தான். தயங்கி நுழைந்து கூட்டத்தோடு நின்றுகொண்டார்.

அந்தச் சூழலும் கேள்வியும் கேட்கப்பட, பெரும்பான்மையானவர்கள் மேப் மற்றும் பிரெட், மிகுதி, வாட்டர் பாட்டில்கள் மேப், குணா மட்டும் காரியத்தில் கண்ணாக, ஒயின் பாட்டில்கள் மேப் எனச் சொல்லி முடித்தார்கள்.

செழியன் சிரித்து, "நல்லா டிஸ்கஸ் பண்ணுங்க, நாளைக்கு, மதி வில் டெல் யூ." எனச் சொன்னதும் கூட்டம் குழப்பமாக வெளியேறியது.

அனாமிகா கண்ணால் மதியிடம் எல்லாம் சரிதானே என்பதுபோல் விசாரிக்க, மதி கண்களை மூடித் திறந்தாள்.

"*So*, மதி.. இப்ப உன் ப்ரையாரிட்டி கல்யாணம் இல்ல? கரெக்ட்?"

"யெஸ் செழி, ஜஸ்ட் ஒன் ஆர் டூ மோர் இயர்ஸ்."

"ஹூம்ம். ஓக்கேய்ஸ்." என தன் உடலை பின்னோக்கி வளைத்து, பின் இடவலமாய் முறுக்கினான். முதுகில் படபடவென சொடுக்குகள் விடுபட்டன.

"சரி உன் *BIG FIVE* சொல்லு மதி."

"ஒண்ணும் வேணாம்" என அரை நொடிக்கும் குறைவான தருணத்தில் உதட்டைக் கோணி நேராக்கினாள்.

“ஏ ப்ளீஸ்ப்பா” எனப் பள்ளிக் குழந்தைகள் போல் அவன் கெஞ்ச,

“கெட் லாஸ்ட்” எனத் தன் கையில் இருந்த ஸ்க்ரிப்ளிங் பேடால் அவன் தலையில் ஒரு அடி அடித்துவிட்டு, அறையை விட்டுக் கிளம்பினாள்.

முன்பு நிறைய முடி இருக்கும், இப்போது கொஞ்சம் கத்தரித்து இருக்கிறாள்.

போனவள் மறுபடியும் வந்து, அவன் கையில் இருந்த பேனாவைப் பிடிங்கிக்கொண்டு போனாள்.

சற்று நேரம் அமைதியாக அமர்ந்திருந்தவன், எழுந்து தன் அறைக்குப் போனான்.

அனாமிகா சிரித்துக்கொண்டே நுழைந்தாள்.

“என்னதான் பாஸ் பிரச்சன? நீங்க மறக்கவே மாட்டீங்களே?”

“நீ எப்பிடி மறந்த?”

“எனக்கு என்ன தலையெழுத்தா, இட்ஸ் யுவர் கப் ஆஃப் டீ” சிரித்தாள்.

இந்தப்பெண்கள்நேரில்ஒருவரைஒருவர்பார்த்துக்கொண்டால் கட்டிப்பிடிப்பது என்ன, ச்ச்ச்சோ ஸ்வீட் என கன்னம் உராய்வது என்ன, ஏதோ அன்பென்னும் ஒன்றே அவர்களுக்குள் மட்டும்தான் என்பது போன்ற சிரிப்புகள் என்ன! ஆனால், எப்படியான பதிலைத் தருகிறாள் பாருங்கள் என்பது போல் நிமிர்ந்து பார்த்தான்.

“யெஸ்...”

“இல்ல பாஸ், அந்த ஆன்சர். தெரியலாட்டி சுத்திட்டே இருக்கும் மைண்ட்ல.”

“நாளைக்கு அங்க சொல்லி பேர் வாங்கக்கூடாது, அப்டீன்னா சொல்றேன்.”

“ஷ்யூர், இன்ஃபேக்ட் நாளைக்கு நான் வரல. ஐ பஞ்ச்ட் ரெக்வஸ்ட் அல்ரெடி.”

“ஓஹ், என்னாச்சு?”

“நத்திங் பிக், யூஷுவல். சொல்றேன், நீங்க ஃபர்ஸ்ட் சொல்லுங்க.”

“அதுவா, எல்லாரும் மேப் சொல்வாங்க, ஏன்னா மேப் பாத்து அப்பிடியே போய்ருவானுங்களாம், பெரிய வாஸ்கோடகாமா பாரு!”

சிரித்தாள்.

“இட்ஸ் ஆக்ட்சுவலி, துப்பாக்கி. ஏன்னா, துப்பாக்கி எடுத்து மூணு ரவுண்டு சுட்டா பக்கத்துல இருக்குற ரேடார் உடனே அலர்ட் பண்ணி ஆள் வந்துருவாங்க.”

“ஓஹ்...”

“லைஃப்ல நமக்கு ப்ரையாரிட்டிஸ் தெரியணும்னு இந்த மாதிரி நிறைய ஆக்டிவிடீஸ் இருக்குமே... ஜாடில மண்ணு, கல்லு, பெரிய கல்லுனு. மண்ண மொதல்ல போட்டா மண்ணுதான்.”

“புரியல பாஸ்.”

“அட, இதெல்லாம் எல்லாருக்கும் தெரிஞ்சதுதான. பெரிய கல் அப்புறம் சின்ன கல்னு போட்டா கேப் நிறைய இருக்கும். அதுல மண்ண போட்டா, மொத்தமா எல்லாம் ஜாடில செட் ஆகும். இத வரிசை மாத்திப் போட்டா ஏதாவது ஒண்ணு மிச்சம் ஆகும். யூடியூப்ல வீடியோஸ் இருக்கும் பாரு.”

“எதுக்கு இந்த டாப்பிக் இன்னிக்கு? கோன்னா டூ எனி ட்ரெயினிங்? ஏதாவது அரேஞ்ச் பண்ணணுமா?”

“ச்ச ச்ச... அதெல்லாம் இல்ல. கல்யாணம் பண்ணலாம்னு பெரிய கல்ல ஜாடில போட்டேன்., உன் ஃப்ரெண்டு மண்ண போட்டுட்டு போயிருக்கா.”

சிரித்தான். அனாமிகாவிற்கு புரிந்தும் புரியாமலும் சிரித்தாள்.

இருவரும் சிரிப்பதைப் பார்த்துக்கொண்டே நுழைந்த மதி,

“எக்ஸ்கியூஸ் மீ...”

“எக்ஸ்கியூஸ்ட் மகாராணி” என்றான்.

“மணி ஆறு.”

“*So?*” என மேஜைமீது கழற்றி வைத்த கடிகாரத்தைப் பார்த்துவிட்டு எடுத்துக் கட்டினான்.

“ட்ரைவ்?”

சாவியை மதியை நோக்கித் தூக்கிப் போட்டான். மதி காரை எடுக்கப் போனாள்.

கட்டை விரலை உயர்த்தினாள் அனாமிகா.

அத்தியாயம் 14

உன் முத்தம்

உன்மத்தம்

டெல்லி, கனாட் ப்ளேஸ். வெள்ளை நிறத்தில் கோட்டைகள் போல தூண்களுடனான கட்டடங்கள், வெளிநாட்டில் இருப்பது போன்ற கட்டமைப்பு. ஏதேனும் ஒரு பக்கமாய் நடைபாதையில் ஏறிவிட்டால் போதும், சுற்றிக்கொண்டே இருக்கலாம் போன்ற அமைப்பு.

அங்கு சுற்றிக்கொண்டிருந்தாள் தென்றல்.

அவளுக்குள் மிக மிகக் குறைந்த அளவில் மிச்சம் இருந்தது குறுகுறுப்பு. காரணம் செழியனின் தகவல்.

அதிபனை சந்திப்பது கைக்கு எட்டும் தூரத்தில் என உணர்ந்தவள், அவனுக்காக ஜாகுவர், டைட்டன் என விதவிதமான வாசனைத் திரவப் புட்டிகளைப் பார்த்துக்கொண்டிருந்தாள்.

“அறிவு இருக்கா? மொத மொதோ தர்ற, இது ஒரு கிஃப்ட்டுனு இத வாங்கிட்டு வந்து தர்ற.”

அதிபனின் சிரிப்பும் கோபமும் கலந்த குரல் தென்றலை வெட்கமும் கோபமும் கொள்ளச் செய்தது.

“டேய் பின்னாடி ஒக்காந்து வர்றது நானு, பக்கத்துல நிக்கிறது நானு. இதுல சார்க்கு அப்பப்ப லவ்வு பொத்துக்கிட்டு வந்து இழுத்து இழுத்து பிடிச்சுக்குற. ஒன் ஒசரத்துக்கு என் மூக்கு கரெக்ட்டா உன் கைலதான் போய் முட்டுது.”

அந்த கிஃப்ட் டப்பாவை ஓங்கினான். அவள் விலகாமல் சிரித்துக்கொண்டிருந்தாள்.

“அப்ப என்னய நாத்தம் பிடிச்சவன்னு சொல்லுற... அதான?”

அதிபனால் ஏற்றுக்கொள்ளவே முடியவில்லை. அப்போது சந்தைக்குப் புதிதாக வந்திருந்த ரெக்ஸோனா டியோடரண்ட் அது. லிப்ஸ்டிக் போல் பிதுக்கி அக்குளில் தேய்த்துக்கொண்டால் கமகமவென இருக்கும் என்று வாங்கி வந்து நிற்கிறாள்.

“சோப்புக்கட்டிய கக்கத்துல வச்சுக்கிட்டு சுத்துற மாதிரி இருக்குடீ கருமம்!” என ஒருமுறை தடவிக்கொண்டே சொன்னான்.

“வெயில்ல கிரிக்கெட் ஆடிட்டு அப்பிடியே வரக்கூடாதுடா அப்ப, குளிக்கணும் வாழ்க்கைல.”

“வியர்வை வாசனை கிறங்கடிக்கும்னு சொல்வாங்களே?”

“எவ சொன்னது... சொல்லுடா, எவ சொன்னது?”

“நான்தான்” என தென்றலை இழுத்தான் நுகர. மறுத்தாள் நகர.

“ஃபாஸ்ட் மூவிங் மேம்.”

அந்த விற்பனைப் பெண், முகமெல்லாம் அவ்வளவு கிரீமையும் பூசி, கண் மை அப்பி, இமைகளில் வண்ணம் என விசித்திரமாய் நின்றிருந்தாள். கைகளில் இன்னும் சில புட்டிகள்.

தென்றல் மூன்று விதமான பிராண்டுகளைத் தெரிவுசெய்து, பணம் கட்ட காத்திருந்தாள். எதிரே ஆளுயரக் கண்ணாடியில் அவளின்உருவமும், திருத்திய முகமும் தொற்றும் புன்னகையுமாய் நின்றிருந்தாள். அவளை அவளே ரசித்தாள், ஒரு நீண்ட இடைவெளிக்குப் பிறகு, அவளை அவள் பார்த்துக்கொள்கிறாள் என்பதை உணர்ந்தாள்.

வெளியேறி காரைக் கிளப்பியதும், செழியனை அழைக்கலாமா என யோசித்தாள்.

வேண்டாம் என உடனே மறுத்தது அவள் மனம். ஒருவேளை அழைத்து, ஏதேனும் எதிர்மறையானசெய்தியைக்கேட்டுவிட்டால் தாங்காது என்று தோன்றியது.

செழியன் மிகத் தெளிவாகத்தான் சொல்லி இருந்தான். ஆனாலும் அவ்வளவு குழப்பமாக இருந்தாள்.

ஏனெனில், அவளுக்குத் தெரிந்த அதிபன் அப்படி.

எவ்வளவு கனவுகள் கொண்டிருந்தார்கள். மூன்று குழந்தைகள், பெயர்கள், காரியாபட்டியைத் தாண்டி, தோப்பூர் பக்கம் தோட்ட வீடு. ஆட்டம் பாட்டம் கொண்டாட்டம்.

கார் சிக்னலில் நிற்க, ரியர்வியூ மிரரில் பார்த்தாள். புருவ வெட்டுதான் முதலில் தெரிந்தது. இந்த இடைப்பட்ட இத்தனை வருடங்களில், கண்ணுக்குத் தெரியாமல் இருந்த சின்னஞ்சிறு வெட்டு, இன்று பெரிதாய் கண்ணாடி முழுக்கத் தெரிந்தது.

---❖---

"நான் அடிக்கல, ஜஸ்ட் கை ஓங்கினேன்... பயந்து பின்னாடி பாக்காம கால் வச்சுட்டா."

அதிபன் அதை பத்து முறைக்கும் மேலாகச் சொல்லிக்கொண்டிருந்தான். செழியனிடம், தென்றலின் தம்பியிடம்.

"விட்றா, அதான் ஒண்ணுமில்லனு சொல்டாய்ங்கல்ல" என்றான் பழனி.

"இல்லண்ணே, சரியான வெட்டு மூஞ்சில. நேரா கல்லுல விழுந்துசுருச்சு போல."

சொன்ன செழியனை பொத்து என்பது போல் பழனி சைகை காட்டினான்.

அதிபன் தலையில் அடித்துக்கொண்டான்.

"தையல் பிரிச்சா சரியாப் போயிரும்ண்ணே, விடு"

அதிபன், செழியனை ஏறிட்டுப் பார்த்தான். "நீ பாத்தியா, வேற ஒண்ணும் அடி இல்லையே... நெத்தில மட்டும்தான?"

“அட ஆமாண்ணே, புருவத்துலதான். ஆனா நல்லவேள, கொஞ்சம் எறங்கி இருந்தா கண்ணு தருசாகி இருக்கும். ப்ச், பாவம்.”

பழனி, “டேய், நாலு வருசம் முன்னாடி, அவன் கண்ணே தெறிச்சுத் தொங்கத் தெரிஞ்சுச்சு. கல்லுல பட்டு சரட்டுனு ஏறுச்சே பிரகாஷ் போட்ட பால்...”

அதிபன் சலனமில்லாமல், “இளங்கோ போட்டது” என்றான்.

“ஆமா, இளங்கோதான். அவன்லாம் மனுஷனாடா... மாட்டுப்பய. இந்தா இங்கன பாரு” எனத் தன் சட்டையைத் தூக்கி விலாப்பக்கமாக காட்டினான். அதிபன் பார்க்கவில்லை. செழியன் ஆர்வமாகப் பார்த்தான்.

“தெரியுதா, கிழிச்சு விட்டாந்தாய்ளி, மூணோ நாளோ தைய்யலு... சும்மா ரெண்டு தையலுக்கு புளுபுளுன்னு அப்பாத பிடிச்சு பேசிக்கிட்டு இருக்கீங்க.”

பழனி கத்தும் தொனியில் சொன்னதும் செழியன் கிளம்பினான்.

“டேய் அதிபா, விட்றா, காலைல பேசிக்கலாம். தெரிஞ்சா செஞ்ச...”

அதிபன் இல்லை என்பதுபோல் பலமாகத் தலையாட்டினான்.

“நீ போ, கொஞ்ச நேரம் இங்க இருக்கேன்.”

பழனி சுற்றிலும் பார்த்தான்.

மருத்துவமனையின் முகப்பில் ஒற்றை பல்பு ஒன்று மிகச் சொற்பமான வெளிச்சத்தின் கீழ், தென்றலின் தம்பியும் அவன் நண்பர்களும் நின்றிருந்தார்கள்.

“இவன் வேற பெரிய தோடா திரியுறான்” என்று சொன்ன பழனி, அங்கேயே அதிபனுடன் அமர்ந்தான்.

உள்ளே இருந்து தென்றல் பார்க்கிறாள் என்பதை அதிபனின் உள்ளுணர்வு சொன்னது.

ஜன்னல் வழியாகப் பார்த்தான். அவள் திரும்பிக்கொண்டாள். நெற்றியில் பாதி கட்டுப்போட்டிருந்தார்கள்.

தையல் போட்ட இடத்தை ஒருமுறை அனிச்சையாய் தடவும்பொழுது போன் வந்தது. செழியன்.

பரபரப்பை காட்டிக்கொள்ளாமல் எடுத்தாள்.

"யெஸ் செழியன்..."

"அக்கா, ஹோப் ஆல் சேஃப்?"

"யெஸ் யெஸ்... நீ? அங்க எல்லாம்?"

"கோயிங் குட். அக்கா நெக்ஸ்ட் வீக் வரமுடியுமா? மே பி சாட்டர்டே?"

காரை மிக மெதுவாக செலுத்தினாள். இன்றைக்கே என்றாலும் சரி என்பது போலிருந்தது அவள் மனம். ஆனாலும் காட்டிக்கொள்ளாமல்,

"அச்சா... ஷ்யூர். நான் கன்ஃபார்ம் பண்றேன். வில் பீ தேர்."

"ஓக்கேய்ஸ்க்கா. டேக் கேர்" என்று போனை வைக்கப்போனவனை தடுக்கும் விதமாய் பதறினாள்.

"சொல்லுங்க..."

"ஒ... ஒண்ணுமில்ல."

செழியன் சிரித்துக்கொண்டே வைத்தான்.

அதுவரையிலான அத்தனை சிரிப்பும், சிறு வெட்கமும் போய், ஒருவித பதற்றம் தொற்றியது தென்றலுக்கு. கொஞ்சம் பயமும்.

'அதிபனை சந்திக்கப் போகிறாயா தென்றல்? உண்மையாகவா? பேசப்போகிறாயா? என்ன பேசுவாய்? என்னவெல்லாம் பேசப்போகிறாய்?' என விடாமல் கேட்டது உள்ளிருந்து ஒரு குரல்.

அவளால் உண்மையான பதிலைச் சொல்ல முடியவில்லை அந்தக் குரலுக்கு.

அதிபன் இறங்கிவந்து அடித்த சிக்ஸர்கள், ஓடும் ரன்கள், எதிரணியைத் திட்டும் கெட்ட வார்த்தைகள், இவள் நெற்றியை முட்டி முட்டி செய்த காதல், பற்றி எரியும் அணைப்பு, எல்லாம் எல்லாம் அவளுக்குள் படிமங்களாக, கோர்வையற்று முன்னும்பின்னுமாய் தோன்றிக்கொண்டே இருந்தன.

இது எதுமே இல்லாமல், அதிபன் நல்லா இருக்கியா என்று கடக்கலாம்தான். அவ்வளவு கடினமா? இத்தனை நாள், இவ்வளவு வருடங்கள் இருந்தோமே. எங்கிருந்து வந்தான் அதிபன் மறுபடியும்.

நீர்த்திவலைகள் பனிபோல் படர்ந்து மங்கலாய் மறைத்த கண்ணாடியின் முன் நின்றிருந்தாள் தென்றல்.

இத்தனை நாளும் இப்படித்தான், இதோ இந்த பனிபோல், இந்த படர்வுபோல் தன் அன்றாடத்தோடே இருந்திருக்கிறான் என்பதை உணர்ந்தாள்.

தெளிவான நினைவோ, ஆற அமர அமர்ந்து அதிபனைப் பற்றி சிந்தித்ததோ இல்லை.

சொல்லப்போனால் நாள் தவறாமல் கண்ணாடியில் அந்தப் புருவ வெட்டு கண்ணில் படும். ஆனால், ஒருபோதும் மனம் சலனப்பட்டதில்லை. ஆரம்ப நாள்களில், வருடங்களில் சற்று உயரமாய், அலட்சிய தாடியோடு நடந்தால், சிரித்தால் அதிபன் நினைவிற்கு வருவான். பாடல்கள்தான் முதல் குற்றவாளி என்பதைக்கண்டறிந்து அதைக் கேட்பதை நிறுத்தினாள். ஊர் ஊராக போகும் வேலை என்பதால், வடநாட்டின் கலாசாரத்திற்கும் அங்கு கிடைத்த நட்புகளுக்கும் தன்னை முழுதாய் ஒப்புக்கொடுத்தாள்.

ஆனால், செழியனை விமானத்தில் பார்த்த நாளில் இருந்து இந்த நொடிவரை ஏதோ ஒன்று, இன்னதென்ற உணர்வுவென்ற சொல்லமுடியாத ஒன்று, அவளை இயக்குவது புரிந்தது. ஏதோ ஒன்றை நோக்கி நாள் துவங்குவதும், ஏதோ ஒன்றை எதிர்பார்த்து நாள்கள் முடிவதுமாக இருக்கின்றன. இதோ, சனிக்கிழமை

அதிபனை சந்திக்கப்போகும் நிகழ்வுதான் அந்த ஏதோ ஒன்றா என யோசித்தாள்.

“ரொம்பலாம் யோசிக்காத, இட்ஸ் அ க்ரேட் மூவ். அக்ஸப்ட் பண்ணு மதி.”

மதி குழப்பமாய் செழியனைப் பார்த்தாள்.

காஃபியின் நறுமணம் அந்த அறை முழுவதும் ஏகாந்தமாய் சுழன்றது. சூழலின் அமைதியும் சுகந்தமும் இருவரின் மனதையும் இன்னொரு தளத்திற்குள் இட்டுச் சென்றிருந்தது.

“ஆர் யூ ஷ்யூர்?”

“ஓ யெஸ் ஐம் டேம் ஷ்யூர்.”

காஃபியின் கிரீம் அவள் மேலுதட்டில் படர்ந்திருந்தது. எப்போது உதட்டின் வண்ணத்திலேயே லிப்ஸ்டிக் இடுவாள். நீர்மேல் படும் வெளிச்சம் போல் மினுங்கும். அனிச்சையாய் எப்படியோ அரை நொடிக்குள் அந்த காஃபி படறலை நீக்கி இருந்தாள். இன்னும் அதிகமாய் மினுங்கின உதடுகள்.

“டேய்... ஒண்ணு சீரியஸ் டாப்பிக் பேசு, இல்லயா அட்லீஸ்ட் ஹேவ் சம் ஸ்டஃப்” எனப் புருவங்களை தூக்கி, கண் அடித்தாள்.

“சீரியஸாத்தான் பேசுறேன், நீதான் காஃபி குடிக்கிறேன்னு ரொமான்ஸ் பண்ற.”

“வாட்?”

சிரித்தான்.

“சரி, லீவ் தட்! ஒரு விஷயத்த எப்பவும் மைண்ட்ல வச்சுக்க... ஒரு விஷயத்துல *You either have to be first,* இல்லேன்னா *Best...* அப்பிடியும் இல்லாட்டி *Different.*”

“தட்ஸ் இண்ட்ரஸ்டிங் பாஸ்.”

“யெஸ். சக்ஸஸ் ஆன எல்லாத்தையும் எடுத்து கேஸ் ஸ்டடி பண்ணிப்பாரு. இதுல ஒண்ணுக்குள்ள வந்துருக்கும், அவங்க ஃபார்முலா.”

“பட், டோட்டலா வேற ஒரு ஏரியா பாஸ் அது.”

“*So*, நீதான் அத முதல்ல ஹேண்டில் பண்ணப்போற. நீ டிஃபரண்ட்டாவும் பண்ணுவ. பெஸ்ட் ஆகுதா இல்லையான்னு இப்ப யோசிக்க வேண்டாம், ஜஸ்ட் *give a kick*.”

நாள் முழுக்க குழப்பமாய் இருந்த மதிக்கு, செழியனின் சொற்கள் ஒருவித ஒளியைக் காட்டியது போலிருந்தது. ரித்து மல்ஹோத்ரா அவளை ஒரு புதிய தயாரிப்புக் குழுவிற்கு பொறுப்பேற்கச் சொல்லி இருந்தாள். செழியன், ரித்து, மதி மூவரும்தான் பேசினார்கள். செழியனின் பட்டியலில் முதல் பெயராக மதி இருந்தது என ரித்து போனில் சொல்லும்போது, செழியனை மதி பார்த்த பார்வையில் வியப்பு இருந்தது. சிரித்தான்.

இப்போதும் அதே சிரிப்புடன்தான் அவளுக்கு விளக்கிக்கொண்டிருக்கிறான்.

மதி மனதளவில் முதலிலேயே தயாராகியிருந்தாள் என்பது அவளின் உற்சாகச் சிரிப்பிலும், கண்களால் அவ்வப்போது என்ன என்ன என்று கேட்பதிலும் தெள்ளத் தெளிவாய்த் தெரிந்தது.

“ட்ராப் பண்ணும்போது உங்கப்பா வெளில வந்தாருன்னா, அன்னிக்கு மாதிரி வாயப் பொளந்துறப்போறாரு.”

செழியன் சொன்னதும்,

“ஹேவ் சம் ரெஸ்பெக்ட்” என பொய்க் கோபம் காட்டி அடித்தாள்.

“ஹே... ஏன் நேரா போற?”

“கடல்.”

“டைம் ஆய்ச்சு.”

“அப்போ நீ அந்த காஃபிய அப்பிடி குடிச்சிருக்க கூடாது மிஸ். மதி.”

மதிக்குத் தெரியும். அவன் கார் ஓட்டும்போதே அதைச் செய்வான் என. அவளின் அன்றைய உற்சாக மனநிலைக்கு இப்போது தேவையாகவும் இருந்தது அவளுக்கு.

மீண்டும் வேண்டுமென்றே உதடுகளை காஃபி படர்ந்ததை துடைத்ததைப் போல் துடைத்துக்கொண்டே அவனைப் பார்த்து,

“எப்பிடி?” என்றாள்.

ஆள் அரவமற்ற ஒரு நொடியில் அவளை இழுத்து, மிச்சம் இருந்த காஃபியை சுவைக்க எத்தனித்தான். தத்தளித்தாள்.

அத்தியாயம் 15

அதுதான்

கடைசிச்சொல்

என்று அதைக்கடக்கும்போது

பெரும்பாலும் தெரிவதில்லை.

இறங்கிக்கொண்டிருக்கும் மாலை நேர வெயில், மைதானத்தை அவ்வளவு ரம்மியமாக ஆக்கி இருந்தது. சிறுவர்கள்... மட்டை உயரமே இருக்கும் சின்னஞ் சிறுவர்கள், வெள்ளை உடைகள் அணிந்து மைதானத்தின் முகப்பில் நின்றிருந்தார்கள். அவர்களை இறக்கிவிட வந்த தந்தையர், தன்னால் ஆகமுடியாத ஒரு கனவை மகன்களின் மீது சுமத்தி, மகன்களின் கிட் பேக்கை சுமந்துகொண்டு நின்றிருந்தார்கள். அம்மாக்களும் ஸ்கூட்டியின் முன்பக்கமாய் பேட், கிட் பேக்கை வைத்து, பின்னால் தொங்கிக்கொண்டிருக்கும் மகன்களோடு வந்து, வாகன நிறுத்துமிடத்தில் நின்றிருந்தார்கள்.

அதிபனும் மன்சூரும் மர நிழலில் அமர்ந்திருந்தார்கள்.

இன்னும் பத்து நிமிடங்கள் இருக்கின்றன, அன்றைய ஆட்ட வகுப்பிற்கு.

மன்சூர் சிரித்தான்.

“வீட்டுக்குத் தெரியாம பேன்ட்ட மடிச்சு, புக்ல வச்சுட்டு, கைலிய கட்டிட்டு, கிரவுண்ட்டுக்கு போறதே வீட்டுக்குத் தெரியக்கூடாதுன்னு... எவ்வளவு மறைஞ்சு மறைஞ்சு போவோம். இவனுங்களப் பாரேன் அதி. நம்ம அப்பனுங்களெல்லாம் இப்பிடி இருந்திருந்தா இந்நேரம் இன்டர்நேஷனல் லெவல் போயிருப்பமல...”

அதிபன் இல்லை என்பது போல் தலையாட்டி சிரித்தான்.

“நாம போனது நம்ம இன்ட்ரஸ்ட்ல... இது இவனுங்க ஆசைக்கு பசங்கள மட்டைய கட்டி கூட்டி வர்றானுங்க. காசுக்குப் பிடிச்ச கேடு. இப்பிடில்லாம் ஏதாவது கோச்சிங், செஸ், கிரிக்கெட், கராத்தேன்னு போட்டு, நாலு பேர்ட்ட சொல்லணும். ஸ்டேட்டஸ்ல வைக்கிறதுதான் ஸ்டேட்டஸ். அதுக்காகவே வாழ்றானுங்க.”

இருவரும் சிரித்தார்கள்.

“போன வாரம் வேடிக்க பார்க்க ஒரு பையன் வந்தான் பாரு, வெளில விழுந்த பால ஒரு த்ரோ அடிச்சான். கண்லயே நிக்கிது. அவன தேடித் தூக்கு பாய்.”

“செய்வோம், அந்த ராம்குமார் கூட வந்த பையன் அவன்.”

மணியைப் பார்த்து, அதிபன் சேரில் இருந்து பின்னோக்கி நெட்டி முறித்தான்.

எழுந்து மைதானத்திற்குள் நடக்க ஆரம்பித்தார்கள் இருவரும்.

சிறுவர்கள் தம் பேக்கை வாங்கிக்கொண்டு மைதானத்திற்குள் புகுந்து வைத்துவிட்டு, ரவுண்ட் ஓட ஆரம்பித்தார்கள்.

“எவனாவது ஒருத்தன் ஃபிட்டா இருக்கானானு பாரு, பத்து வயசுல இப்பிடி கூழக்கடா மாதிரி.”

மன்சூர் கடுப்பாக சொல்லவும் அதிபன், “தீனி அப்பிடி, க்காளி இந்தத் தீனியாடா திங்குறானுங்க. அன்னிக்கு முடிச்சு, ரெண்டு நிமிஷம் அங்க ஒக்காந்துருந்தேன். ஒரு அம்மா, மகனுக்கு நாலு கிலோ சிப்ஸ ஊட்டுது, வெளங்குமா.”

“மகன் ஆஸ்திரேலியாவ எதிர்த்து ஆடிட்டு வந்துருக்கான்ல, அந்தப் பாசத்தாய கேலி பண்ணாத அதி.”

பேசிக்கொண்டே அதி ஸ்ரெட்ச்சிங் செய்யத் துவங்கினான். அவனுக்கு எதிரே சிறுவர்கள் வரிசையாக நின்று உடற்பயிற்சி செய்துவிட்டு, நெட்ஸிற்கு தயாரானார்கள்.

“அவி, பவுலிங்... ப்ரவீன், பேட் அப்.” என அதிபன் கட்டளைகள் இட்டு, அடுத்து யார் பேட்டிங் என ஆட்காட்டி விரலால் சுட்டியவர்கள் பேட் கட்டிக்கொண்டார்கள்.

அதிபன் கைகளை மார்பில் கட்டிக்கொண்டு பார்த்துக்கொண்டிருந்தான்.

“அதி யுவர் போன்” என மன்சூர் சொல்ல, சுதாரித்து, ட்ராக் சூட்டில் இருந்த போனை வெளியே எடுத்தான்.

தென்றல் அக்கா காலிங்.

அந்த மைதானத்தின் மூலையில் இளவெயில் சாய்ந்த இடங்கள் எல்லாம் மஞ்சள் பூத்திருந்தன. புல்வெளி சீராக வெட்டப்பட்டிருக்க, அதன் கடினமும் மென்மையும் கலந்த தன்மையை அனுபவிக்க, ஒற்றைக்கால் ஷூ வைக் கழற்றி, காலைத் தேய்த்து நின்றிருந்த அதிபனுக்கு அந்த அழைப்பு இன்னதென்று தெரியாத ஓர் உணர்வுக்குள் தள்ளியது.

எடுப்பதா வேண்டாமா, எடுத்தால் என்ன பேசுவது, ஹலோதானா, அவளுக்கு எப்படி ஹலோ சொல்லி ஆரம்பிப்பது?

இத்தனையும்வரிசையாகசிறுமூளைக்குள்ஓடிக்கொண்டிருக்க, அழைப்பை எடுக்கச்சொல்லும் கட்டளை தாமதமானது. அதற்குள் ரிங் நின்றது.

மிஸ்டு கால்.

சில பல மாதங்களுக்கு முன் அளவிற்கு அதிகமாகக் குடித்துவிட்டு, செழியனிடம் நூறு முறையாவது சொல்லி இருப்பான், “ஒரே ஒரு தடவ அவட்ட பேசிட்டா போதும்டா, அவ்ளோதான். முடிஞ்ச் இந்த வாழ்க்க.”

அப்படி அணத்தியவன், அமைதியாகப் பார்த்தான்.

போன் சத்தம் வர, இம்முறை எதைப்பற்றியும் கவலைப்படாமல், எந்த யோசனையுமின்றி பட்டென எடுத்தான்.

“அண்ணே, எங்கருக்க, கிரவுண்ட்லயா?”

போனை காதிலிருந்து விலக்கி, திரையைப் பார்த்தான். செழியன்,

ஆரம்பித்த நொடியிலேயே மழை ஒரேடியாய் ஒரு பொட்டில்லாமல் பட்டென நின்றது போல் இருந்தது அவனுக்கு.

"இந்த டயத்துல வேற எங்க இருப்பேன்? சொல்றா."

"அக்கா கூப்டாங்க, உங்க லைன் கிடைக்கலயாம். இந்த சனிக்கிழம கன்ஃபார்ம்னு சொன்னாங்க. அதான் உங்ககிட்ட சொல்லிறலாம்னு..."

"டேய், சனிக்கிழம ஆந்திரால ஒரு ஸ்கூல் கோச்சிங்."

"யண்ணே, நானும் மதுரதான்ணே!"

"சர்றா வை."

எதிர் வெயிலில் அதிபன் முகம் பளபளவென இருந்தது. வெயிலுக்கு சுருக்கியதையும் மீறி கண்களில் ஒளி.

"ப்ரவீன், இன்னும் கால பேட்டுக்கு க்ளோஸா எடுத்துட்டுப் போ, ஆங்... அப்பிடி."

திடீரென உற்சாகமாக அதிபன் கத்துவதை அத்தனை சிறுவர்களும் ஆச்சர்யமாகப் பார்த்தார்கள்.

உணர்ந்த அதிபன், கடுமையாக முகத்தை வைத்துக்கொள்ள முயன்று, அதில் தோற்று சிரித்தான்.

வெயில் இறங்க இறங்க, இருள் படரத் துவங்கியது மைதானத்திற்குள்.

---❖---

செழியன் பெட்டிக்கடையை அடைத்து, கடிகாரத்தைக் கட்டிக்கொண்டு நிமிர்ந்து பார்த்தான். குனிந்து மிக மும்முரமாய் ஏதோ வேலை பார்த்துக்கொண்டிருந்தாள் மதி.

நேராக அவள் அறைக்குப் போனான்.

“நீட் சம் டைம் ப்ளீஸ்...” என்றாள் நிமிராமல்.

செழியனுக்குப் புரிந்தது. ஆனாலும் இருக்காது என்பதுபோல் நின்றான்.

நிமிர்ந்தவள், “எக்ஸ்கியூஸ்” என கைவிரல்களைக் காட்டி ஐந்து நிமிடம் என்றாள்.

சரி என வெளியே வந்தவன், சிட்டிபாபுவைப் பார்த்ததும் காஃபி என சைகை செய்ய, எடுத்து வந்தார்.

செழியன் தன் கேபினில் ஒருமுறை விளக்குகளை அணைத்தான் எனில், அவ்வளவு எளிதாக மீண்டும் உள்ளே நுழைய மாட்டான். அவனின் வெகுசில கிறுக்குத்தனங்களில் இதுவும் ஒன்று.

வெளியே சோஃபாவில் கால்களை நீட்டி நிம்மதியாய் அமர்ந்தான்.

சிட்டிபாபுவை எதிரே அமரச்சொன்னான்.

“இருக்கட்டும் சார்.”

“அட...”

அமர்ந்தார்.

“எப்பவும் இவ்ளோ டல்லா இருக்கமாட்டீங்களே, என்னாச்சு சிட்டி இன்னிக்கு?”

குனிந்துகொண்டார்.

“அட...”

“சார், இன்னிக்கு மதி மேடம் துப்பாக்கிதான்னு சொன்னாங்க, எல்லாரும் சிரிச்சாங்க.”

செழியனுக்கு சட்டென புரியவில்லை. பின்னர் அந்தக் கேள்வி, வாழ்வின் முக்கியத்துவங்கள் நினைவிற்கு வந்தன.

“ஆமா, மேப்ப யோசிச்சு வச்சீங்களா?”

"அட நான் எதுக்கு சார் அதெல்லாம் யோசிக்கப் போறேன்... ஆனா, கேட்டதுல இருந்து ஒரே யோசன சார். நான் எதுக்குமே முக்கியத்துவம் குடுத்தது இல்ல சார். எனக்கு இந்த ஆடி மாசம் வந்தா அம்பத்தி அஞ்சு முடியப்போகுது சார்."

செழியன் சிட்டிபாபுவை செவிமடுக்கும் பொருட்டு இன்னும் கொஞ்சம் நேராக அமர்ந்து உணர்த்தினான்.

"ஆனா, நான் எனக்குன்னு எந்தத் துப்பாக்கியயும் எடுத்ததே இல்ல சார். பொண்ணு பிறந்த அன்னிக்கும் இங்கதான் சார் காஃபி டீ குடுத்துட்டு இருந்தேன். பொண்டாட்டி, பிள்ள அவங்களுக்கு என்ன வேணும், எதுவுமே யோசிச்சது இல்ல... விடிஞ்சதும் இங்க வந்துறணும், இருட்டுனதும் போகணும், மறுபடி விடிஞ்சா வந்துறணும்னே ஓட்டிட்டேன் சார்."

செழியன் சிரித்தான்.

"சிட்டி, எல்லாருமே அப்பிடித்தான. ஆனா, எங்கயாவது எப்பயாவது ஒரு எடத்துல நிக்கணும். நாம நின்னு யோசிக்கணும். அப்ப சரி கரெக்ட்டாதான போகுதுன்னு நினைச்சா மறுபடியும் ஓடணும்."

பதில் சொல்லவில்லை சிட்டிபாபு.

"இப்ப பொண்ணு படிப்பு முடிக்கப்போகுது. அடுத்து கல்யாணம்... இத்தன வருசத்துல சாப்பாடு, இருக்குற இடம் இதுக்கு எந்தப் பிரச்சனையும் இல்லைல்ல. ஆனா, அவ்ளோ சந்தோஷமா இருந்த மாதிரி தோணல சார். இன்னிக்கு மேடம் சொல்லுற வரைக்கும் எனக்கு இது எதுவுமே புரியாம இருந்தேன்."

"கரெக்ட்! அப்ப இனி என்ன பண்ணுங்க, வீட்ல பொண்ணுகூட, உங்க ஒய்ஃப்கூட டைம் ஸ்பெண்ட் பண்ணுங்க. நல்லா பேசுங்க. சனி ஞாயிறு அவங்களோட வெளில போங்க. நீங்க சமைச்சு குடுங்க, ஒண்ணே ஒண்ணுதான் சிட்டிபாபு..."

நிமிர்ந்தார்.

“நாம இல்லாட்டியும் இந்த உலகத்துல எல்லாமே அது பாட்ல நடக்கும், அவ்ளோதான்.”

சிட்டிபாபு ஆமோதித்து தலை ஆட்டினார். கொஞ்சம் தெளிந்தவர்போல் இருந்தார்.

மதி வருவது தெரிந்ததும் எழுந்தார்.

“வாங்க மேடம், நீ இன்னிக்கு எடுத்த செஷன், செமயா ஒர்க் அவுட் ஆகிருக்கு... சிட்டிபாபு லைஃப்ல அவரோட ப்ரையாரிட்டி பத்தி யோசிக்க ஆரம்பிச்சாச்சு...” என கை நீட்ட, உற்சாகமாய் அடித்தாள்.

”தட்ஸ் கிரேட்!”

சிரித்தவள், “என்ன சிட்டி, இனிமே சிட்டி வெர்ஷன் 2.0 வா?”

புரியாமல், ஆனால் உற்சாகமாய் சிரித்தார் சிட்டி.

“மேடம் உங்களுக்கு காஃபி..?” என கேட்க, அவள் பதறி செழியனைப் பார்த்துக்கொண்டே, “அய்யோ வேணாம்ப்பா.”

சிட்டிபாபு கிளம்பினார்.

செழியன் சிரித்து “குடிச்சுத்தான் பாரேன்.”

“ஷட் அப்” என மெல்லிய குரலில் சொல்லி முறைத்தாள்.

ஒரு பிரின்ட் அவுட்டை அவன் முகத்திற்கு நேராக நீட்டினாள்.

வாங்கிப் பார்த்து விசில் அடித்தான்.

“ரைட்டு, ஆனா இவ்ளோ அவசியமா மதி?”

”வெரி வெரி பேட்லி நீட்டட் செழி... இங்க நாம பாக்குற உலகம் ஒண்ணு, நாம பாக்காத உலகம் ஒண்ணு இருக்கு. அதுல பாதிக்கப்படுறது எல்லாமே ரொம்ப பாவமான பொண்ணுங்க.”

“அக்ரீட்...” எனப் பட்டியலை வாசிக்கச் சொன்னான்.

சகபணியாளர், பெண்களிடம் என்னவெல்லாம் செய்யக்கூடாது என நீண்டது பட்டியல்.

ஒரு பெண்ணின் அனுமதி இல்லாமல், அவள் அருகே அமர்வதில் ஆரம்பித்து, பஸ் ஸ்டாப்பில் நின்றிருப்பதைப் பார்த்து, அங்கு போய் லிஃப்ட் ஆஃபர் செய்வது தவறு எனத் துவங்கி, லன்ச் ஆஃபர் செய்வது, வேலை நேரம் முடிந்த பிறகு போனில் அழைப்பதற்கான காரணங்கள் என அத்தனை வித அன்றாடங்களில் மிகச் சாதாரணமாய் தெரியும் ஒவ்வொன்றின் பின்னாலும் ஒரு பெண் யோசிக்க, அவள் மன உடல் ரீதியான எதிர்கொள்ளல்களை மனதில் வைத்து நீண்ட பட்டியலைத் தயாரித்திருந்தாள் மதி.

தலையாட்டிய செழியன்,

"மேக்ஸிமம் ரூல் புக்லயே இருக்கு இதெல்லாம். என்ன எவனும் கண்டுக்குறது இல்ல. பொண்ணுங்களும் இதெல்லாம் சகஜம் போலன்னு பயந்துட்டு விட்டுர்றாங்க. இப்ப இந்த மீ டூ வந்ததுல கொஞ்சம் பெட்டர்" என அவளிடம் காகிதத்தைக் கொடுத்தான்.

"எனிதிங் டு ஆட்?"

"அதான் எல்லாம் லிஸ்ட்ல ஏத்திட்டயே, இப்ப நான் உன்ன ட்ராப் பண்ணலாம்ல..."

சிரித்தான்.

"CONSENT, அதுதான், அது ஒண்ணு மட்டும்தான் முக்கியம் மை டியர் செழி. டூ மினிட்ஸ், கிளம்பலாம் இரு..." என கேபினை நோக்கி நடந்தாள்.

செழியனுக்கு ஏனோ அவளைத் தவிர்த்து தனியாகப் போக வேண்டும் இன்று எனத் தோன்றியது.

ஆணின் சம்மதம் என்று இவ்வுலகில் எதுவுமே இல்லையா எனத் தோன்றியது.

செயல்படுத்திப்பார்க்கலாம் என நினைத்து அங்கு வந்தவளிடம்,

“ஹே இன்னிக்கு ஐ ஹேவ் சம் ஒர்க், நீ போ, நான் வர லேட் ஆகும்.”

“மிஸ்டர் செழி...”

“யெஸ் மிஸ் மதி...”

“ஷட் அப் அண்ட் கெட் அப்.”

எழுந்து நடந்தான். அவனுக்கு வழி விடாமல் வேண்டுமென்றே நடைபாதையை மறைத்து அவனை இடித்துக்கொண்டு நடந்தாள்.

அவள் சிரிப்பதை அவள் பின்னங்கழுத்தின் சிலிப்பு உணர்த்தியது.

அத்தியாயம் 16

என்னை மறந்திருப்பாயோ

என்ற ஒற்றை நினைப்பே

போதுமானதாயிருக்கிறது

உன்னையென்

நினைவிலேயே வைத்திருப்பதற்கு.

மதியை இறக்கிவிட மனம் வரவில்லை செழியனுக்கு. மனம் முழுக்க நிறைய கேள்விகள். காதலில் கேள்விகள் மட்டும் எழவே கூடாது என்று அவனுக்கு அதிபன் சொன்னது நினைவிற்கு வந்தது. ஆனால், அதை மீறி கேள்விகள் எழுந்து வந்தன.

"மதி, பேசணும்..."

மதி அவன் பக்கம் திரும்பினாள். மணியைப் பார்த்தாள். எதிரே சாலையைப் பார்த்தாள். நேரமாகிவிட்டது, வீடும் நெருங்கிவிட்டது, எப்படி பேசமுடியும் என்பதாக இருந்தன அவள் குறிப்புகள்.

அதை உணர்ந்து அவளைக் கேள்வியாகப் பார்த்தான்.

மூச்சை இழுத்து விட்டுக்கொண்டே, "ம்ம்" என்றாள். வண்டியைத் திருப்பி, கடற்கரை நோக்கி செலுத்தினான்.

என்ன ஆனதென்று மதி கேட்கவில்லை. அவளுக்குத் தெரியும். ஏதோ ஒன்று அவளையும் அழுத்திக்கொண்டு இருந்தது.

என்ன பேசுவது என எந்தவித ஒத்திகையும் பார்க்காமல், அந்தச் சூழலுக்கும் அவனுக்கும் சம்பந்தமே இல்லை என்பதுபோல் வண்டியை ஓட்டிக்கொண்டிருந்தான் செழியன்.

காரை நிறுத்தி திண்டில் அமர்ந்தார்கள். அல்ல, அவள் அமர்ந்தாள். செழியன், மதியையும் கடலையும் நோக்கி நின்றான். அவனுக்கு வெகு தொலைவில் கடல், மிக அருகில் மதி.

"மதி, ஃபுட்பால் மேட்ச் பிடிக்கும்ல ஒனக்கு, அதுல பால செம்மயா எடுத்துட்டு எதிர் டீம் கால்ல மாட்டாம சல்லுனு கேரி பண்ணி போறதுதான கேம்?"

"ஹும்..."

"ஆனா, அப்பிடி சும்மா எத்திட்டே இருந்தா, எவ்ளோ நேரம் பாப்ப?"

மதி நிமிர்ந்தாள்.

"எவ்வளவு வேகமாவும் திறமையாவும் எடுத்துட்டுப் போனாலும், அந்த கோல் மொமண்ட், அட்லீஸ்ட் கோல் போட அடிக்கிற அந்த கிக்தான் கேம் இல்லையா?"

மதி தலையாட்டினாள்.

"கல்யாணம் பண்ணிக்கலாம் மதி."

மணியைப் பார்த்தாள்.

"நீ ஜோக் அடிச்சன்னு நினைச்சேன் செழி, நெஜமாவே வேற வேல இருக்குன்னு என்ன அவாய்ட் பண்ணத்தான் சொல்லி இருக்க, கரெக்ட்?"

"அப்பிடி இல்ல. சட்டுனு அதென்ன, எல்லாமே நீதான் டிஸைட் பண்ணணுமான்னு தோணுச்சு. ஃப்ரம் எ கிஸ் டு ட்ரைவ்... நான் கேப்பேன்... நான் பண்ணுவேன்... ஆனா யோசிச்சா, நீ ஓகே சொன்னாதான் இதெல்லாம்."

மதி சிரித்தாள்.

"வாட்ஸ் யுவர் பிராப்ளம் நவ்?"

செழியன் பதில் சொல்லவில்லை. மதியைத் தாண்டி கடலைப் பார்த்தான். அல்லது மதியைத் தவிர்த்துவிட்டு.

அவளும் அனிச்சையாகத் திரும்பி அவன் பார்வையின் பக்கமாய் கடலைப் பார்த்தாள்.

எழுந்தாள். "ஒரு சிம்ப்பிள் கொஸ்டின்..."

"ம்ம்..."

"ஒனக்கு என்ன கிஸ் பண்ண பிடிக்குமா, இல்ல நான் கிஸ் பண்ணா பிடிக்குமா?"

அவன் கண்ணிலிருந்து மறைந்துபோனது கடல். மதியைப் பார்த்தான்.

"இதுக்கு சரியான ஆன்சர் சொல்லிரு பாக்கலாம், நீ கேட்ட எல்லாத்துக்கும் நான் பதில் சொல்றேன்."

கடல் அப்படியே நிமிர்ந்து ஏறி சுனாமி போல் அவன் மேல் விழுந்தால் எப்படி இருக்கும் என யோசித்தான்.

"கல்யாணம் பண்ணிக்கலாம் செழி, இந்த சாட்டர் டே நீ ஃப்ரீயா, லாங்ங்ங்ங் ட்ரைவ் போலாம்... பேசலாம்."

"எனக்காக எல்லாம் சொல்லாத மதி, நீ சொன்ன மாதிரியே இன்னும் ரெண்டு வருசம் போகட்டும்."

"வண்டிய எடுன்னு நான் சொன்னா, நீ சொன்னா நான் எடுக்கணும், அடிமை அது இதுன்னு பேசுவயா? நீ வேணா இங்க இருந்துட்டு வா, ஐ வில் டேக் அ ரிக்."

"நான் சீரியஸா சில விஷயங்கள் பேச வந்தேன் மதி."

"சனிக்கிழம பேசலாம்."

அவளுடையகன்னத்தில்கடற்கரைகாற்றுப்பட்டுபிசுபிசுப்பாக இருந்தது போலிருந்தது செழியனுக்கு. துறுதுறுவென்று ஆனது கைவிரல்கள்.

"பாஸ் வண்டிய எடுக்குறீங்களா, போதும் பாத்தது."

இறங்கி வீடு நோக்கி நடந்தவளை மெலிதான ஹாரன் நிறுத்தியது. கண்ணாடியை இறக்கினான். குனிந்து என்ன என்பது போல் பார்த்தாள்.

“கடற்கரை காத்துல உப்பு ரொம்ப ஓவரா இருக்கு” என்றான். போய்த்தொலைடா என்பது போல் நிமிர்ந்து திரும்பி விடுவிடுவென்று வீட்டை நோக்கி நடந்தாள். வெட்கநடை அது.

”யப்பா திருவாளத்தா, சனிக்கிழம மீட்டிங் இருக்கு, மயிர் இருக்குனு எங்கயும் போயிராதடா.”

படுக்கையில் பாதியாகப் படுத்து மீதியைச் சுவருக்குக் கொடுத்து, ஒரு ஏகாந்த நிலையில் அமர்ந்து சொன்னான் அதிபன். கால் மேல் கால் போட்டு, பாதம் ஆட்டலில் ஒரு துள்ளல் மனநிலை தெரிந்தது.

சனிக்கிழம பேசலாம், ஒரு லாங்ங்ங் ட்ரைவ் என மதி இழுத்தது மின்னல் வெட்டியது.

குழப்பமாகப் பார்த்தான் செழியன்.

“என்னடா ஃப்ரிட்ஜ்ல தண்ணிதான இருந்துச்சு, வெளக்கண்ணெய குடிச்ச மாதிரி இருக்க.”

அதிபன் எகத்தாளம் தொடர்ந்தது.

“சரிண்ணே” சொல்லிகொண்டே மொபைலில் தென்றல் அக்காவின் செய்தியைப் பார்த்தான். சனிக்கிழமை வரும் பயண விவரங்கள் அனுப்பி, எங்கே எப்போது என முடிவுசெய்து கூறச் சொல்லி இருந்தாள். ஒவ்வொரு முற்றுப்புள்ளிக்கும் ஒரு எமோஜி. கண்களில் இதயம் பறக்கும் எமோஜிகள்தான் முற்றுப்புள்ளிகள்.

மதியிடம் சொல்லிக்கொள்ளலாம். ஞாயிற்றுக்கிழமை ட்ரைவ் போகலாம். எப்படியும் இன்னும் இரண்டு வருடம் கழித்து கல்யாணம் எனும் தன் தரப்பை நீட்டி முழக்குவாள், கேட்டுக்கொள்ளவேண்டும். அவ்வளவுதானே.

“என்ன அண்ணே, ஒரே மஜாவா சுத்துறியே...”

பாத்ரூமில் சத்தம் கேட்க, செழியன் ஆச்சர்யமாக அதிபனைப் பார்த்தான்.

“மணி...”

“அட...”

“என்னய மறந்தே போய்ட்டல்ல செழியா...”

மறக்காமல் தன் கிளாஸை எடுத்துகொண்டு எதிரே அமர்ந்தார் மணி.

“ஒன்னய மறப்பமா பெருசு?”

வெகு நாட்களுக்குப் பிறகு குடி இரவாக ஆனது. செழியன் மிக மிககுறைந்தஅளவில்ஒருபேருக்காககையில்வைத்துகொண்டான் கிளாஸை.

அதிபன் ஏதோ ஒன்றை எதிர்நோக்கிய மகிழ்ச்சியில் இருந்தது அவன் குடிக்கும் விதத்தில் புலப்பட்டது.

மணி வழக்கம்போல் ஆரம்பித்தார்.

”காட்டு ராணி கோட்டையிலே பாட்டெல்லாம் எழுதி முடிச்சுட்டு, கண்ணதாசன் சொன்னதல்லாம் தெரிஞ்சா அவ்ளோதான்” எனக் கண் அடிக்க, அதிபன் மணியைக் காலால் தட்டினான்.

“யோவ் பெருசு, பாவம்ய்யா சின்னப்பய.”

“யாரு நானா?” செழியன் சிரித்தான்.

பேச்சு பாடல்கள், திரைப்படங்கள் என சுற்றிச் சுழன்றுகொண்டிருந்தது.

செழியன், “ஏண்ணே, நாம குடுக்குற முத்தம், வாங்குற முத்தம் ரெண்டுல எதுல சுகம்?”

அதிபன், “ரைட்றா, மாடு பிடிபட்டது” எனப் போதையின் ஊடாக சிரித்தான்.

மணி வாயைத் துடைத்துக்கொண்டு, அடுத்த ரவுண்டிற்காக கிளாஸை தயார்செய்துவிட்டு,

"அது தெரில, ஆனா, சுகம் ஆணுக்குத்தான்னு நம்மள நம்ப வச்சதுதான் பொண்ணுங்க வெற்றி."

"இயற்கையோட அமைப்பே அப்பிடித்தான் பெருசு."

அதிபன் தெளிவாகச் சொல்லிவிட்டு, "என்னாடா சீர் சரி இல்லையே நிய்யி, கல்யாணத்தப் பண்ணு காலா காலத்துல."

"அட அதுக்குத்தாண்ணே கேட்டேன். சரின்னே சொல்ல மாட்றா."

"உன்னய சரின்னு சொல்ட்டாங்களா மொதல்ல?" மணியின் கேள்விக்கு "அதெல்லாம் எப்பவோ!" என்ற அதிபனின் பதிலை மணி பொருட்படுத்தாமல் மீண்டும் செழியனைப் பார்க்க,

செழியன், "ஆமா, ரெண்டு மூணு வருசமா லவ் பண்றோம்."

"நாலஞ்சு வருசமாடா" அதிபன்.

மணி சிரித்தார்.

"பெண்ணோட சம்மதம்னா என்னான்னு தெரியுமா? அது இன்னிக்கு நேத்து இல்ல. காலங்காலமா அந்த ஒரு சம்மதத்துக்காகத்தான் மொத்த உலகமும் சுத்துது."

செழியனுக்கு ஆர்வம் தொற்றிக்கொண்டது. ஆனால், மணி மட்டையாகிப் படுத்தார்.

அதிபன் செழியனிடம், "இந்தாள் பேச்ச கேட்டு போய் எதுவும் சண்ட கிண்ட போட்றாதடா, இவென மாதிரி எல்லாந்த் தெரிஞ்ச ஏகாம்பரம் பேச்சல்லாம் கேட்கவே கூடாது. நாய் வாய் வச்ச மாதிரி எல்லாத்த பத்தியும் என்னத்தயாவது சொல்லிட்டு போய்ருவானுக."

செழியன் இல்லை என்பது போல் தலையாட்டிவிட்டு,

"அட, தென்றல் அக்கா முடியாதுன்னதும்தான போச்சு, பொண்ணோட 'சரி'தாண்ணே எல்லாமே."

செழியன் அப்படிச் சொல்லி இருக்கக் கூடாது என்பதை உணரும் நிலையில் செழியன் இல்லை. மிகக் குறைவாக குடித்திருந்தாலும் அதன் வினையை மது செய்திருந்தது.

ஆனால், அவ்வளவு குடித்திருந்தும் அதிபன் நிதானமாக செழியனைப் பார்த்தான்.

“கொஞ்சம்கூட நிதானம்ன்றதே இருக்காதாடா ஒனக்கு.”

பழனியின் கேள்விக்கும் வெடித்தான் அதிபன்.

“டேய் விடு, கடுப்பாச்சு அவ்ளோதான். அடிக்க கை தான் ஓங்கினேன்... விழுந்துட்டா, நான் என்ன பண்ணுவேன்?”

“சர்றா, அதுக்காண்டி, இப்ப கண்ணு போகத் தெரிஞ்சே... போ, போய் பேசு. நான் கால்லதான் விழல. அவ்ளோ கெஞ்சியும் ஒங்க வேலையப் பாருங்க பழனின்னு போயிருச்சு, செழியன வேணா...”

“ச்ச ச்ச... சின்னப் பயடா அவென், நானே பேசுறேன்.”

அதிபன், செழியனை நிதானமாகப் பார்ப்பதைப் பார்த்த செழியன்,

“சாரிண்ணே, படு” என படுக்கை சரிசெய்தான்.

மணி, செழியனின் படுக்கையில் வாய் வழியாக மூச்சை விட்டுக்கொண்டு படுத்திருந்தார்.

அதிபன், செழியனின் தோளில் கை போட்டு,

“நீ சொன்னது சரிதான்... ஆமா, பொண்ணுங்க சம்மதம் இல்லாட்டி எதுவுமே பண்ண முடியாது, பண்ணாலும் வெளங்காது.”

“சும்மா ஜாலியாத்தாண்ணே சொன்னேன்.”

“சனிக்கிழம நான் அவள பாக்கல. நீ போய்ப் பாத்து, பையன் டீட்டெயில்ஸ் வாங்கிரு. மண்டே கிரவுண்ட்டுக்கு கூட்டி வரச் சொல்லு அவ தம்பிய...”

“அண்ணே, சும்மா என்னத்தயாச்சும் போதையப் போட்டு, நீ எவ்ளோ சந்தோஷமா இருந்தன்னு பாத்தேன்ணே. விடு, நான் எம் பஞ்சாயத்த வச்சுக்கிட்டு இன்னிக்கு லூசு மாதிரி பேசி, இந்தாளு வேற ஏத்திவிட்டாரு, பொண்ணு சம்மதம் அது இதுன்னு... அவ கெடக்கா, வேணாம்னா போகட்டும்.”

அதிபன் சட்டெனா செழியனின் தோளை இறுகப் பற்றி,

“டேய், கைல கால்ல விழுந்தாவது கூடவே இரு, கூடவே வச்சுக்க. பிடிச்சவங்க கூட இருக்குறது சுகமா, நல்லா இருக்குமான்னுலாம் தெரியாது எனக்கு... ஆனா, பிடிச்சவங்க கூட இல்லாட்டி, ஒவ்வொரு நாளும் நரகமா போகும். நீ என்ன பண்ணாலும் ஒரு ஓரத்துல அந்த நெனப்பு அறுத்து எடுக்கும் கரகரகனு, அது ஒனக்குப் புரியாது. ஆனா, அத அனுபவிச்சுறாத செழியா.”

அதிபனின் குரலில் அவ்வளவு பரிவும் அன்பும் மிதந்தது.

“நான் பண்ண தப்ப நீ பண்ணிறாத. ஆமா, அவளுக சம்மதம் சொல்றதுதான் இயற்கை. அப்படிச் சொல்றமாதிரி நடந்துக்க, முட்டாப்பயலே!”

“முட்டாப்பய மாதிரிதான் நடந்துக்கிட்டேன் தென்றல், இப்ப என்னாங்குற?”

தென்றல் இடவலமாக தீர்க்கமாகத் தலையை ஆட்டினாள். தையல் பிரிந்துவிடுமோ என அதிபன் பயப்படும் அளவு.

“அதி, நீ எவ்ளவோ தடவ ஜாலியா டிபன் பாக்ஸ வச்சு, கிஃப்ட் பாக்ஸ வச்சு கை ஓங்குவ, அப்பல்லாம் நீ எவ்ளோ அழகா இருப்ப தெரியுமா? ஏன்னா, உன் மனசுல இருந்து சிரிச்சுட்டே கை ஓங்குவ.”

தென்றல் கண்களில் இருந்து நீர் உருண்டு உகுந்தது. புறங்கையால் துடைத்துக்கொண்டே தொடர்ந்தாள்.

“நீ எங்கிட்ட டைரக்ட்டா யார் அவென், ஏன் வண்டில கூட போன அப்டீன்னு கேட்ருக்கலாம்.”

அதிபன் பதில் சொல்ல எத்தனித்தான். கை நீட்டி நிறுத்தினாள்.

"ஆனா, நீ ரெண்டு நாள் என்ன அவாய்ட் பண்ண, சரி கோவம்னு இருந்தேன். ஆனா, ரெண்டு நாள் கோவத்த மொத்தமா காட்டுன பாரு. என்ன நீ நம்பல, சரி விடு அத சரி பண்ணிக்கலாம்... நான் யார் கூட வண்டில போனேன் ஏன் போனேன்னு சொன்னா உன் நம்பிக்க மறுபடியும் வந்துரும், மறுபடியும் அப்டி ஏதாவதுன்னா நான் எடுத்து சொன்னா, மறுபடியும் நீ நம்புவ. அது பெரிய விஷயம் இல்ல."

அதிபன் அமைதியாகப் பார்த்தான்.

"அடுத்து, நீ அவ்ளோ மூர்க்கமா கை நீட்டினதுதான் அதி என்னால தாங்கிக்கவே முடில. உள்ளயும் நம்பிக்க இல்ல, உன் உடம்பு மேலயும் கண்ட்ரோல் இல்ல ஒனக்கு. ரெண்டுல ஏதாவது ஒண்ணு இருந்தா சகிச்சுக்கலாம், லவ்வுக்காக. நான் சொல்றது புரியுதா?"

"சரிடீ, இப்ப என்ன ஆச்சு?"

"டீ போட்டு பேசாத அதி."

"வாட்?"

"யெஸ். நான் போறேன்."

அதிபன் வாந்தி எடுக்க ஓடினான்.

செழியன் அவன் தலையைப் பின்னால் இருந்து இறுகப் பிடித்துக்கொண்டான்.

கண்ணாடியில் அதிபன் அழுவதைப் பார்த்தான்.

அத்தியாயம் 17

சாலையெங்கிலும்

இரவுதிர் மஞ்சள் பூக்கள்

சிதறிக்கிடக்கின்றன

அதில் தனக்குப்

பரிச்சயமானதை

இங்குமங்கும்

நடந்து தேடுகிறது

ஒரு பறவை

விடிகிறது இப்படி.

சனிக்கிழமை.

அதிகாலை ஐந்து மணியை அதிபன் பார்த்து சிலபல ஆண்டுகள் ஆகின்றன. இருப்பு கொள்ளாமல் முழிப்பு வந்திருந்தது அவனுக்கு. எழுந்து முகம் கழுவிக்கொண்டு வெளியே வந்தான்.

இருள் விலகுவதென்பது ஒரு ஜாலம். கண் முன் நிகழும் மாயம். மிக மெதுவாக இருள் பழக, நடந்தான். கழுவிய முகத்தின் துடைக்காத ஈரம் காற்றுடன் இயைந்து ஜிவ்வென அப்பிக்கொண்டது.

சாலை மரங்களின் அடியில் பறவைகள் கூட்டம் கூட்டமாய் நின்றும் நடந்தும்கொண்டிருந்தன. மனித நடமாட்டம் இல்லாத பொழுதுகளில் பறவைகள் சுதந்திரமாய் ஆசையாய் சாலைகளில் நடக்கின்றன, நிற்கின்றன. மனித நிழல் நீண்டாலே சட்டென

மேலே பறக்கத் துவங்கி, நிழல் மறைந்ததும் அரைவட்டமடித்து மீண்டும் கீழிறங்கி வந்து நடப்பதுமாய் இருந்தன.

பகலெல்லாம் வானில் பறந்துகொண்டே, ஆட்கள் இல்லையெனில் சிறகார சற்று பூமியில் நடக்கலாம் என ஏக்கமாய்த்தான் பூமியைப் பார்க்கின்றன போலும் என நினைத்தான் அதிபன்.

பறவையை எப்போதும் மகிழ்ச்சியின் அடையாளமாகவும் சுதந்திரத்தின் நிமித்தமாகவும் பார்ப்பது அந்தச் சிறகுகளுக்காத்தானே... அவற்றிற்கு அது சுமையா வலியா என ஏதும் நமக்குத் தெரியாது, அதைப்பற்றிய கவலையும் நமக்கில்லை அல்லவா. அதிபன் அப்படி நினைக்கும்பொழுதே புன்முறுவல் தொற்றியது.

நடந்து மைதானத்தை அடைந்திருந்தான். அங்கும் பறவைகள் புல்வெளியில் நடந்துகொண்டிருந்தன. அதிபனின் காலடித்தடம் உணர்ந்து சற்று பறந்து விலகி அமர்ந்து நடந்தன.

ஒரு பறவை உச்சியில் இருந்து சுழன்று அலைந்து அதிபனை நோக்கி கீழிறங்கி வந்து அருகில் இருந்த புல்லில் இறங்கியது.

மைதானத்தை சமன் செய்யும் கல் உருளையின் மீது மண் திட்டு கட்டி இருந்தன, மண் இல்லாத பகுதியில் அமர்ந்தான்.

தென்றல்... அதிபன் மனம் முழுக்க தென்றல்தான். இந்தப் பத்து வருடங்களில், ஒரு நாள், ஒரே ஒரு நாள்கூட தென்றலின் நினைப்பில்லாமல் அவன் கடந்ததில்லை. போலவே, இத்தனை ஆண்டுகளில் ஒரு நொடி, ஒரே ஒரு நொடிகூட அவளுக்கு தீங்கு நினைத்ததில்லை. அவள் எங்கோ நன்றாக இருக்கிறாள் எனும் ஒற்றை நினைப்பில் இருந்து அவன் மனம் பிசகியதே இல்லை. எவ்வளவு நெருக்கம் அவள். அப்படியும் இத்தனை ஆண்டுகளில் ஒருமுறைகூட அவளைப் பார்க்க வேண்டும், அவளைத் தேடி, சந்திக்க வேண்டும் என அவன் மனம் சாய்ந்ததில்லை. எதிலும் அவள் பெயரை இட்டு தேடியதில்லை. வெட்டென மறத்தல் வேறு, வெட்டிகொண்டு நிற்றல், ஆனால் நதிக்கரை மரத்தின் வேர்

குளுமைபோல் நினைப்போடு தள்ளி நிற்றல் வேறு. அப்படித்தான் நிற்கிறான்.

எப்போதேனும் தென்றலைப் பார்த்தால், என்னவெல்லாம் பேசவேண்டும் எப்படி வினையாற்ற வேண்டும் என்றெல்லாம் அவன் மனம் நிறைய ஒத்திகைகள் பார்த்திருக்கிறது. சொல்லப்போனால், அவளை எப்போது எங்கு பார்த்தாலும், ஒரு சொல்கூடப் பேசாமல் ஓங்கி அறைய வேண்டும், பின்னர் அவளிடம் அழ வேண்டும் எனும் சித்திரம் ஒன்றையும் வரைந்து வைத்திருந்தான்.

அவளின் முகம் மனதின் அடியாழத்தில் இத்தனை ஆண்டுகளாகப் பதப்பட்டு மிதந்துகொண்டிருந்தது. முக்கியமாக அசைந்துகொண்டே இருந்தது. அவளின் கண் சிமிட்டல், அவளின் பொய்க்கோவ நிமித்த அடிகள். விடாமல் அடிப்பாள், பத்து அடிகள். கை வலிக்க உதறிக்கொள்வாள். அப்படி விட்டுப் போகலாமா அவள் எனும் ஒரு சுயகழிவிரக்கம் அவனை அழுத்தியது. பெருமூச்சு விட்டதில் காலடியில் இருந்த பறவை விருட்டென பறந்தது. பின் கண் எதிரே சிறகசைக்காமல் மிதந்தது.

வியர்வை நாற்றம் மிதக்க அறையை அடைந்தான். செழியன் தூங்கிக்கொண்டிருந்தான். அவனுக்கு என்ன வந்தது என்பது போல் இருந்தது அவன் உறக்க முகம். புருவங்கள் சுருங்க, எதையோ தீவிரமாய் யோசிப்பவன் போலிருந்தது அவன் உறங்கும் முகம்.

பதினொரு மணிக்கு போக வேண்டும். செழியனை எழுப்ப மனம் வரவில்லை. ஆனால், சர்வ நிச்சயமாக தனியாகப் போக முடியாது தன்னால் என நினைத்தான்.

காலம் எப்படி ஒன்றை, ஒருவரை, இருவரை மாற்றவல்லது. கண்ணாடியைப் பார்த்துக்கொண்டே நின்றவன், மிக நிதானமாக ட்ரிம் செய்துவிட்டு குளித்தான்.

குளித்தான் என்பதைவிட பூந்துகள் குழாயினடியில் வெகுநேரம் நின்றான். அத்தனை வருடத்திற்கும் சேர்த்து மொத்தமாய் நீரிடம் தஞ்சமடைந்து நின்றான்.

அடர்நீலவண்ணசட்டையைத்தேடித்தயாராகவைத்திருந்தான். அணிந்தான்.

செழியன் சோம்பல் முறித்துக்கொண்டே எழுந்தான்.

“ஆல் த பெஸ்ட்ண்ணே!”

“டேய், ஊத்தவாயக் கழுவிட்டு கிளம்புடா.”

“காய்ச்சல் அடிக்குதுண்ணே.”

அதிபன் நின்று அவனைப் பார்த்தான். இரைக்கு கிளம்பும் புலியின் கண்கள் போலிருந்தன அதிபனின் பார்வை.

பீன் பேகில் பொத்தென தளர்ந்தான்.

“டேய், விளையாடாத... கெளம்பு” என மணி பார்த்தான். பத்து.

“அண்ணே, நெஜமாவே செம காய்ச்சல்.”

“தனியா போறது தேவ இல்லாத வேல. நீ சொன்னனுதான, ப்ச், நான் பாட்லதான இருந்தேன்...”

செழியன் எழுந்து மெதுவாக நடந்து அதிபன் அருகில் வந்தான்.

அதிபனுக்கு செழியனின் காய்ச்சல் சூடு பரவுவது தெரிந்தது.

“டேய், என்னடா டாக்டர்ட்ட போவமா, டெஸ்ட் எடுத்துருவமா?”

‘ப்ச்’ எனும் ஒலியை எழுப்பியவன், போனில் மதியை அழைக்க, கட் செய்தாள். வெளியே ஹாரன் சத்தம் கேட்டது.

“வந்துட்டா, மதி கூட்டிப்போவாண்ணே.”

“வாட்?”

“அட...”

மதியின் சுகந்தம் அறைக்குள் விரவியது.

“ஹாய் அதிண்ணா!”

யாராவது உடன் வந்தால் சரிதான் எனும் மனநிலையில் இருந்தவன் எழுந்தான்.

“நீயும் வாடா... அப்பிடியே ஹாஸ்பிடல் போலாம், இல்ல ப்ரோக்ராம கேன்சல் பண்ணிருவோம் இன்னிக்கு.”

மதி சிரித்தாள், “ஹலோ, எவ்ளோ பேர் காத்துட்டு இருக்கோம் உங்க மீட்டிங்க்காக, கிளம்புங்க. டேய் நீ ரெஸ்ட் எடு” எனச் சொல்லிவிட்டு, அதிபன் முன்னால் அப்படிச் சொன்னதை உணர்ந்து, முகம் சுருக்கி சிரித்தாள்.

இரண்டு கைகளின் கட்டைவிரலையும் உயர்த்தினான் செழியன். கார் கிளம்பியது.

மதியும் அடர் நீலத்தில் டாப்ஸூம் வெள்ளை நிற லெங்கிஸ்ஸூம் அணிந்திருந்தாள்.

“அண்ணா, செம எக்ஸைட்டட் ஆ? பாத்து பத்து வருசம் இருக்குமா?”

சிரித்தான். உண்மையில் அவனுக்கு என்ன சொல்வதென்று தெரியவில்லை. மதியை மிகச் சொற்ப பொழுதுகளில் செழியனுடன் பார்த்திருக்கிறான். ‘ஹாய்’கள் அவ்வளவுதான். இன்று அவனுக்காகக் கிளம்பி வந்திருக்கிறாள். செழியன், மதியின் உதவும் குணத்தையும் பிறருக்காக யோசிக்கும் மனதையும் குறித்து நிறைய சொல்லி இருக்கிறான். உணர்ந்தான்.

“அண்ணா, உங்களத்தான்... ஆர் யூ ஆல் ரைட்?”

சிரித்தான். கால் நீட்ட வசதியாகப் பின்னோக்கி இழுத்துக்கொண்டான்.

“அதெல்லாம் ஒண்ணும் இல்ல, ஐம் ஓகே.”

“செம நெர்வஸா இருக்கீங்க, பாத்த உடனே என்ன பண்ணுவீங்க?” மதி அவனை இலகுவாக்கும் பொருட்டு சிரித்துக்கொண்டே கேட்டாள்.

“ஓங்கி ஒரு அடி குடுக்கணும்” அதிபன் சாலையைப் பார்த்துக்கொண்டே சொன்னான். மதி அமைதியானாள்.

வழக்கத்தைவிட அதிக அமைதியாய் இருந்தது சென்னையின் அந்தப் பிரதான மரங்கள் சூழ் உயர் உன்னத மசாலா டீக்கடை, அமிதிஸ்ட்.

அதிபனும் மதியும் அந்த நடைபாதையில் நடந்து உள்ளே நுழைய, இடப்பக்க மூலையில், மரத்தடியில் தென்றல் அமர்ந்திருந்தாள்.

இருவரையும் பார்த்துக்கொண்டிருந்தாள்.

மதி, "அவங்கதானண்ணா?" எனக் கேட்டுக்கொண்டே கை தூக்க, தென்றலும் கையசைத்தாள்.

மதிக்குப் பின்னால் நடந்தான் அதிபன்.

நெருங்கிக்கொண்டிருக்கிறோம் தென்றலை என அவ்வளவு சுத்தமாக அவனுள் இருந்த ஒன்று அவனிடம் பேசியது.

"ஹாய்ய்ய், ஐம் மதி."

"ஹாய்!"

எழுந்த தென்றல், மதியின் கரம் பற்றிவிட்டு, எதிர் இருக்கையை நோக்கி கையைக் காட்டிவிட்டு அமர்ந்தாள். அமர்ந்தார்கள்.

அதிபன் அமர்ந்து கைகளை மேஜைக்கும் தாடைக்கும் முட்டுக்கொடுத்து தென்றலைப் பார்த்தான். அவன் கட்டைவிரல்கள் தாடிக்குள் புகுந்து மீண்டுகொண்டிருந்தன.

மதியின் போன் அடிக்க, "எக்ஸ்கியூஸ்" என எழுந்தாள், நடந்தாள், மறைந்தாள்.

"நல்லா இருக்..."

தென்றல் கை காட்டி நிறுத்தினாள்.

"இருக்கீங்களான்னு மட்டும் கேட்டுறாதடா, வாங்க போங்கனு நீ பேசுறதலாம் கேட்டுற கூடாது இந்த ஜென்மத்துல."

அவ்வளவுதான். அதிபனின் அத்தனை தயக்கங்களும் இன்னும் சரியாகச் சொல்லப்போனால், பயமும் குழப்பும்

அப்படியே பிள்ளை பெற்றவளின் காலி வயிறு போலானது. சுமை இருப்பது போலவும் வெற்றிடம் ‘ஓஹ்’வென நிறைவது போலவும்.

“அப்பிடியே இருக்க அதி...”

“நீ அவ்ளோ மாறிட்ட” என அமர்ந்தவாக்கில் விலகி, அவளை எட்டிப் பார்த்தான். அனிச்சையாய் நிமிர்ந்து நேராக அமர்ந்தாள்.

“குண்டாகிட்டேன்னு சொல்றியா?”

சிரித்தாள்.

இல்லை என்பதுபோல் மிகக் குறைவாக தலையாட்டியவன், “திருத்தமா இருக்க, வரைஞ்ச மாதிரி.”

“நெஜமாவே பாத்துக்கிட்டமா, பேசுறமா?” தென்றல் கண்களை விரித்து வியப்பைக் கொட்டிக் கேட்டாள்.

கண் சிமிட்டினான்.

”சரி, எங்க பையன்? அவரு வரலையா?”

“எவரு?” என நக்கலும் சிரிப்புமாய் முகத்தை ஆட்டி மீண்டும் கேட்டாள். “எவரு?”

கைகளை விரித்தான். உண்மையில் அதிபனுக்கு என்ன பேசுவது என்ன செய்வது எதுவும் புரியவில்லை. மதியை எங்கே என்பது போல் தேடினான்.

“அதி, டெலிவரி பெய்ன் வந்தப்ப அந்த சுர் சுரீரோட சேர்த்து ஒம் முகமும் மைண்ட்ல வந்துச்சு. டெலிவரி முடிஞ்சு இவன கைல வாங்கி அந்தக் குட்டிக் குட்டி விரல் மூக்கு, யூ நோ, குட்டி குட்டி அத பாக்கும்போதும் உன் கைல குழந்தையைக் குடுக்கணும்னு தோணுச்சு. அவ்ளோ பிடிச்ச உன்னய, நீ கை ஓங்குனதுக்கே விட்டு வந்துட்டேன்... நானா சைக்கோ மாதிரியான ஒரு ஸ்டுபிட்கூட காலம் பூரா இருப்பேன்?”

அதிபன் உதட்டைப் பிதுக்கினான் புரியாமல்.

“அவரு இவரு எவரும் இல்ல... லைஃப்ல, ஏதோ ஆர்க்யூமெண்ட், நான் கவனிக்காதப்ப அடிச்சாரு. அஃப்கோர்ஸ் திருப்பி அடிச்சேன். ஆனாலும், ப்ச், லீவ் ஆல்தட். சோட்தோ.”

“பார்றா ஹிந்தி!”

“டேய், எவ்ளோ சீரியஸா சொல்லிட்டு இருக்கேன். ஐம் சிங்கிள்... லீகலா.”

அவள் மொபைல் அடித்தது. எட்டிப் பார்த்தவள், “அவருதான்.”

“யெஸ் சுப்பு, வந்துட்டேன். யா வித் ஹிம். இப்பதான். ஓகே.”

அதிபன் குழப்பமாகப் பார்த்தான்.

“ஜஸ்ட் ஃப்ரெண்ட்ஸ் அவ்ளோதான் இப்போ. ஒரே ஏரியாதான். அகிலன் செலெக்‌ஷன் பத்தி கேட்டாரு.”

மொபைலை வைத்தவள், “என்னடா, எவ்ளோ பேசுவ, வாட் ஹேப்பண்ட் இப்போ?”

”நத்திங், மண்டே கிரவுண்டுக்கு கூட்டிட்டு வா, பேர் என்ன சொன்ன? பையன் பேரு.”

“அகிலன்.”

“அகிலன்... நல்ல பேரு. மண்டே, ஈவ்னிங், ஒரு தடவ பாக்குறேன், அதான் செலக்‌ஷன்க்கு இன்னும் நாள் இருக்கே.”

”கூல்.”

மசாலா டீயை முடித்திருந்தான்.

அவள் தொடவே இல்லை.

“இதையும் குடிக்கிறியா, இன்னும் ரெண்டு பேர் சாப்பாடு, டீனு அப்பிடியே இருக்கியே அதி!”

சிரித்தார்கள்.

“நீங்க ரெண்டு பேரும் ரொம்ப க்ளோஸா?”

அதிபன் கேள்வி புரியாமல் அவளை உற்று நோக்கினான்.

“மதி, யூ, ஜஸ்ட் ஆஸ்க்கிங்.”

“ஆமா, ரொம்பவே” என இரு கைகளின் விரல்களையும் ஒன்றுடன் ஒன்று கோர்த்துப் பிணைத்துக்காட்டினான். “ரொம்ப க்ளோஸ்.”

“அச்சா, சரி மண்டே ஈவ்னிங் கிரவுண்ட்ல மீட் பண்ணலாம்.”

“டன்” என எழுந்தான்.

“அதி...”

”இரு” என அழைத்து பணம் செலுத்திவிட்டு நிமிர்ந்தான்.

“கிளம்புறமா?”

அமர்ந்தான். “சொல்லு, என்னாச்சு?”

“நூறு வருஷம் கழிச்சு மீட் பண்ணாலும் இதே மாதிரி இப்பிடியே பேசிக்கிறது நல்லா இருக்குல்ல...”

அதிபன் எழுந்தான்.

“தெரியலயே...”

அவனை நோக்கி கை நீட்டினாள், எழ வசதியாக.

கையைப் பிடித்ததும், மேல் நோக்கி அவளை இழுத்தான்.

அத்தியாயம் 18

ஓர் இலையை

அதன் மரம்

உதிர்த்துவிட்ட பிறகு

அம்மரத்தின் அடியிலேயே

கிடக்கவேண்டிய அவசியம்

அந்த இலைக்கு இல்லை.

அதிபன் கையைச் சட்டெடன உதறிவிட்டு, மீண்டும் அமர்ந்தாள் தென்றல்.

தன் உள்ளங்கையைப் பார்த்தாள்.

“கை என்ன இவ்ளோ ரஃப் ஆ இருக்கு, எப்ப பாரு கிரிக்கெட் ஆ?”

அவள் கேட்டதும் அனிச்சையாகத் தன் கையை விரித்துப் பார்த்தான். கட்டைவிரல், ஆட்காட்டி விரல்களில் காய்த்திருந்தன. சிரித்தான்.

“அவ்ளோதானா அதி, பேசிட்டமா? கிளம்புறமா? ஆர் வி டன்?”

அதிபன் அவளைப் பார்த்துக்கொண்டே அமர்ந்தான்.

“ஆக்ச்சுவலா, எனக்கு என்ன பேசுறதுன்னே தெர்ல, ஆனா...”

“ம்ம்...”

“உன்ன எதேச்சையாப் பாத்தா என்னல்லாம் பேசணும்னு நிறைய தடவ நிறைய நிறைய யோசிச்சுருக்கேன்.” தோள் அசைத்து உதட்டைப் பிதுக்கினான்.

“எதுவும் பேச வேணாம் அதி. கொஞ்ச நேரம் கூட இருந்தாப் போதும்னு இருக்கு எனக்கு.”

அதிபன் சாய்ந்து கால்களை மேஜைக்கு அடியில் நீட்டினான். மிகக் கவனமாக தென்றல் மீது பட்டுவிடக்கூடாது என ஒதுக்கி நீட்டினான்.

“கால விடு அதி.”

வகுப்பறையின் மதியத்தில் தன் கால்களால் அவள் காலை இறுகப் பிடித்திருந்தான்.

“வலிக்கிதா?”

“அதெல்லாம் இல்ல, ஒருமாதிரி இருக்கு, க்ளாஸ் ஸ்டார்க்கப் போகுது.”

“ஓ... அப்ப க்ளாஸ் இல்லாட்டி ஓகே.”

அவன் அசந்த நொடியில் காலை விடுவித்து, அவன் மேல்பாதத்தில் மிதித்துப் பிடித்தாள்.

சிரித்தான்.

“வலிக்கல?”

”சுகமா இருக்கு, அந்தக் கட்ட விரல் நகம் சைடும் அமுக்கி விடு அப்பிடியே.”

“நான் மிதிக்கிறேன்... எரும!”

“சொல்லிட்டு செய்.”

கண்கள் மூடி இருந்தான். அப்படியும் அவன் தலைக்கு மேல் இருந்து மர இலைகளும் அதன் ஊடாக வானமும் தெரிந்தது அவனுக்கு.

“ஹே அதி, அங்க பாரு...”

தென்றலின் குரல் கேட்டும் கேட்காமல், மரம் வானம் வகுப்பறை கால் மிதித்தலில் லயித்திருந்தான்.

காலைத் தட்டினாள்.

கண்களைத் திறந்தவன், தென்றல் பார்த்துக்கொண்டிருக்கும் திசையில் திரும்பினான்.

செழியனும் மதியும் வந்துகொண்டிருந்தார்கள்.

மதி, செழியனின் கையைக் கோர்த்து நடந்து வந்துகொண்டிருப்பதைப் பார்த்த தென்றலின் புருவங்கள், ஒரு புள்ளியை நோக்கி குவியத் துவங்கின.

"காச்சல்ன?"

செழியன் சிரித்தான். "அதான் இவ நொய்யி நொய்யின்னு போன்லயே என்னயக் கிளப்பி, வரவைக்கிற வரைக்கும் போன வைக்கல."

"பார்றா!"

மதி, செழியன் தலையில் தட்டினாள்.

"சரிண்ணா, இந்தாங்க, நீங்க அவங்கள ட்ராப் பண்ணிட்டு போங்க. நான் செழிய ஹாஸ்பிடல் கூட்டிட்டுப் போறேன். வந்து கார எடுத்துக்குறேன்" எனச் சாவியை டேபிளில் வைத்தாள்.

தென்றல் சட்டென நிகழ்வதைப் புரிந்துகொண்டாள். மதி மீது திடீர்ப்பாசம் வந்தது.

"ஹவ் ஸ்வீட்!" என மதியிடம் சொல்லிவிட்டு, "என்னாச்சு செழியன், நார்மல் ஃபீவர்தான?"

"ஓங்க ரெண்டு பேத்தையும் மீட் பண்ண வைக்குறதுக்குள்ள சார்க்கு காய்ச்சலே வந்துருச்சு."

செழியனின் வாய் கசப்பை உணர்ந்தது. சோர்வாகச் சிரித்தான். அவன் உடல் வெயில் தேடியது.

"சரிண்ணே" எனச் சொல்லிவிட்டு அதிபன் மட்டுமே பார்க்கும் விதமாய் கண்களை விரித்து புருவம் உயர்த்தி, ஜமாய் எனும் செய்கையைச் செய்தான். அதிபன் அப்படி ஒன்றும் இல்லை என்பதுபோல் திரும்பிக்கொண்டான்.

“அக்கா, மண்டே மீட் பண்ணலாம், கால் பண்றேன்.”

“டேக் கேர்” என்றாள் தென்றல். போய்த் தொலைங்கடா என்பதுபோல் கேட்டது.

இருவரும் நடந்துபோவதைப் பார்த்தவள்,

“மேட் ஃபார் ஈச் அதர்ல்ல..?”

ஆமோதித்து தலையாட்டினான். “forever அப்டீன்னு எவனுமே சொன்னதுல்ல பாத்தியா, ஈச் அதர்... இது அதுன்னு சொல்லிக்கலாம். இல்ல?”

“இதுக்கு நீ பேசாமலே இரு.” சிரித்தாள்.

“எங்கயாவது ரொம்ப தூரம் போலாம் அதி, Can you take me?”

“எங்க?”

“Somewhere... anywhere... just somewhere.”

---❖---

மருத்துவமனை வரவேற்பறையில் செழியனை அமர வைத்துவிட்டு, தேவையான விபரங்கள், டெஸ்ட் கட்டணம் என முடித்துக்கொண்டு வந்தாள்.

“டெம்ப்ரேச்சர் லைட்டாதான் இருக்கு, டல்லா இருக்காத.” மொபைல்அடித்ததும் மருத்துவமனையின் மொத்த நிசப்தமும் ஒரு நொடி அவளைத் திரும்பிப் பார்த்தது. பதறி குறைத்துக்கொண்டே எழுந்து வெளியில் நடந்தாள்.

வந்து அமர்ந்தவள், “டெஸ்ட் வில் பி டன், நீ ரிலாக்ஸ்” பேசிக்கொண்டிருக்கும்போதே சத்தமில்லாமல் மீண்டும் அதிர்ந்தது அவள் மொபைல்.

“ஜஸ்ட் எ செக்” என எழுந்து போனாள்.

செழியனைஅழைத்தார்கள். உள்ளேசென்று பரிசோதனைகளை முடித்து அமர்ந்திருந்தான். வெகுநேரமாய் அமர்ந்திருந்தான்.

“டன்?” எனக் கேட்டுக்கொண்டே வந்தாள்.

தலையாட்டினான்.

“ஷெல் வீ” என கிளம்பியவளுக்கு மீண்டும் அழைப்பு வர, கெஞ்சும் முகபாவனையைக் காட்டி, “வெயிட்” என வெளியேறினாள்.

அமர்ந்தான்.

நேரம் ஆக ஆக, சோர்வு கூடியது.

எழுந்து நடந்தான்.

கார் அருகே நின்று பேசிக்கொண்டிருந்தாள்.

அவனைப் பார்த்து, கை ஆட்டி அங்கேயே இரு என்பதுபோல் சைகை செய்து பேசிக்கொண்டிருந்தாள்.

காரில் பேசிக்கொண்டே போகலாம் எனும் நினைப்பில் காரையும் அவளையும் நோக்கி நடந்தான்.

அவன் நெருங்குவதைப் பார்த்து சிரித்துக்கொண்டே தள்ளிப் போனாள்.

புரிந்தது. சட்டென எதிர்திசையில் திரும்பி, ஆட்டோவை நிறுத்தி ஏறினான்.

கலவரமாகப் பார்த்து கை அசைத்து என்ன எனக் கேட்க,

கட்டைவிரலை உயர்த்திவிட்டு, நீ பேசிவிட்டு அழை என்பதுபோல் சைகை செய்தான். அவன் செய்துகொண்டிருக்கும்போதே ஆட்டோ அவள் கண்களில் இருந்து மறைந்தது.

ஆட்டோ போன திசையில் பார்த்துக்கொண்டே தடுமாறியவள், மீண்டும் பேச்சைத் தொடர்ந்தாள்.

காருக்கு முன்னால் போகும் ஆட்டோவில் மூன்று பெயர்கள் படி வரிசையில் இறக்கமாக எழுதப்பட்டிருந்தன.

“மூணு பசங்க போல” என தென்றல் முணுமுணுத்துக்கொண்டே ஆட்டோ ஓட்டுநரை எட்டிப் பார்த்தாள்.

அதிபன் சிரித்துக்கொண்டே ஆட்டோவை ஓவர் டேக் செய்து நெடுஞ்சாலையை நோக்கி செலுத்தினான்.

ஏதோ ஒன்றிற்காக காத்திருந்தவள் போல, வண்டிகள் குறைந்து தென்படத் துவங்கியதும், சற்று பின்னால் சாய்ந்து அமர்ந்திருந்தவள், அதிபனை நோக்கித் திரும்பி அமர்ந்தாள்.

“அதி, ஒண்ணு கேப்பேன், ஹானஸ்ட்டா சொல்லணும்.”

தலையாட்டினான்.

“எப்பவாவது என்ன நினைச்சிப்பியா? நினைச்சியா?”

“மதுரைல செத்தவனுங்களுக்கு போஸ்டர் ஒட்டுவானுங்க பாத்துருக்கியா?”

“வாட்?”

“மறந்தால்தானே நினைப்பதற்கு... அந்த ரேஞ்சுல சொல்லச் சொல்றியா?”

அடிக்க கை ஓங்கி, காற்றில் நிறுத்தினாள். பின் இழுத்துக்கொண்டாள். அப்படியும் கழுத்தைக் குறுக்கி அடி வாங்கியது போல் சிரித்தான்.

“டெல் மீ...”

“தென்றல்...”

“ப்பா, பேர் சொல்லிட்டான்ப்பா ஒரு வழியா!”

அதிபனுக்குக் கொஞ்சமாய் சிரிப்பு வந்தது.

“ப்பா, சிரிச்சுட்டான்!”

“ஆமா, உன் பையன், பேட்ஸ்மேனா, ரைட் ஹேண்ட் ஆ?”

“மண்டே கூட்டிட்டு வர்றேன்ல, பாரு, நான் கேட்டதுக்கு பதில் சொல்லு இப்போ.”

“என்ன கேட்ட?”

“என்ன நினைச்சுப்பியான்னு.”

தொண்டையைச் செருமினான். தென்றல் சட்டென பத்தாண்டுகளுக்குப் பின்னால் போய்விட்டாள் அந்த செருமலில். திட்டுவான். திட்டும்முன் இப்படி தொண்டையைச் சரி செய்துகொள்வான். திட்ட ஆரம்பித்தான் என்றால், முடிக்காமல் போய்க்கொண்டே இருக்கும். அவன் திட்டத்திட்ட வரும் கண்ணீரை வழியவிட்டு, அப்படியே அந்த ஈரத்தோடு அவனை முத்தமிடுவாள். அப்படியும் விலக்கிவிட்டு திட்டுவான், சாதாரண சண்டையைப் பேசிப் பேசிப் பெரிதாக்குவான்.

ஆனால், ஒன்றும் சொல்லாமல் வண்டியை ஓட்டிக்கொண்டிருந்தான்.

அமைதியாக இருந்தாள்.

அவன் பக்கமாகத் திரும்பி இருந்தவள், சாலையை நோக்கி நேராகத் திரும்பி அமர்ந்தாள்.

மீண்டும் செருமினான்.

திரும்பினாள்.

“சும்மா சொல்லல. நெஜமாவே என்ன சொல்றதுன்னு தெரில தென்றல். இந்த பத்து வருசம் எப்பிடிப் போச்சுன்னு இப்ப யோசிச்சா, நல்லாத்தான் போச்சு. அதான் உண்மை. நீ கூட இருந்திருந்தா இன்னும் நல்லா இருந்திருக்கலாம். அவ்ளோதான். மத்தபடி யாருக்காகவும் யாரும் இல்ல. அட்லீஸ்ட் நாள் எப்படியும் நகர்ந்துரும். உயிரோட இருக்குற எல்லா நாளும், நேரம் போய்ட்டேதான இருக்கும்.”

“ம்ம்...”

“வாழ்க்கைன்னா என்ன அப்டீன்னு ரொம்ப பெருசால்லாம் யோசிச்சதில்ல. ஆனா, நம்மளோட சேர்ந்து நாட்கள் நகர்றதுதான அது? ஜஸ்ட் மூவிங் ஆன். நீ நகரமாட்டேன்னு அடம் பிடிச்சாலும் அது உன்ன நகர்த்திட்டே போகும்.”

“புரில...”

“ஒரு காயின சுண்டுனா காத்துல மேல போய்ட்டு மறுபடியும் கைல விழும், கரெக்ட்டா?”

“யெஸ்.”

“கார்ல நாம மூவ் ஆகிட்டு இருக்கோம், ட்ரெயின்ல இன்னும் வேகமா. அதுக்குள்ள இருந்து காய்ன சுண்டுனா, நியாயப்படி, பிஸிக்ஸ்படி, அங்கயே காயின விட்டுட்டு நாம முன்னாடி நகரணும்ல. ஆனா காத்துல காயினும் நம்ம கூடயே ட்ராவல் ஆகி வருதுல்ல, அந்த ஒரு செகண்ட், ரெண்டு செகண்ட்.”

குழப்பமாக இருந்தது அவளுக்கு.

“எனக்குமே குழப்பமா இருக்கு. யாராவது பிஸிக்ஸ்ல பொளந்து கட்டுறவனக் கேட்டா... இட்ஸ் கான்ஸ்டண்ட், அது ஒரு முடுக்கு ஆற்றல்னு பதில் வரும். ஆனா காயின் கூட வருதுல்ல? அப்பிடித்தான், நீ தூக்கிப் போட்டாலும், விட்டுட்டுப் போனாலும் மனசுல இல்லாட்டியும் இருந்தாலும், நகர்ந்துட்டே இருப்போம். கூட வந்துட்டே இருக்கும்.”

“ஒண்ணு சொல்லவா, நீ முழு லூசாகிட்ட அதி, தல சுத்துது.”

“ஆமா, நானும் இப்பிடில்லாம் பேசினதே இல்ல. இது எல்லாமே தப்பான எக்ஸாம்பிள்தான். சும்மா ஐ’ம் ட்ரையிங் டு ஃபைண்ட் வேர்ட்ஸ்.”

“அப்பிடில்லாம் தேடித் தேடிப் பேச வேணாம். கூல்.”

“நீ நெனச்சுப்பியானு நான் கேட்டா நீ என்ன சொல்வ தென்றல்?”

“நீ இத கேட்றக் கூடாதுன்னு நினைச்சேன் அதி.”

“கேட்கல.”

“ம்ம், எப்பவாவது உன் வாசனை வரும் எனக்கு. ரொம்ப ரேர். ஆனா, அப்பிடி வராம இருக்க ரொம்ப கஷ்டப்பட்டேன் ஆரம்பத்துல. நிறைய ட்ராவல் பண்ணுவேன். ஆமா... நீ சொன்னது கரெக்ட். மூவ் ஆகிட்டே இருந்தா வாழ்க்க நகர்ந்துட்டேதான் இருக்கும் போல.”

பின்சீட்டில் இருந்த கைப்பையை எம்பி எடுத்தாள். அதிபன் விலகிக்கொண்டான். அப்படியும் அவள் முழங்கை அவன் தோளில் அழுத்தியது.

கைப்பையில் இருந்து அவள் வாங்கிய வாசனைத் திரவியங்கள், ஸ்ப்ரே என எடுத்து நீட்டினாள்.

“நீ இன்னும் திருந்தலயா?”

சிரித்தாள்.

“பொண்ணுங்களுக்கு கிஃப்ட் என்ன வேணா வாங்கிக்கலாம். ஒனக்கு என்ன வாங்குறதுன்னே தெரியல, எவ்ளோ யோசிச்சேன் தெரியுமா? எப்பிடி யோசிச்சாலும் இதான் மைண்ட்க்கு வந்துச்சு.”

வாங்கிப் பார்த்துவிட்டு மீண்டும் அவளிடம் கொடுத்தான், வண்டி ஓட்டிக்கொண்டே.

அவற்றைத் தனியாக எடுத்து அவனிடம் கொடுப்பதற்காக கையில் வைத்துக்கொண்டு, கைப்பையை மீண்டும் பின்னால் வைத்தாள்.

“இப்ப மட்டும் கண்ணாடிப் பக்கம் முட்டிட்டு விலகல சார்?”

திரும்பிப் பார்த்தான். கை ஓங்கியவள் மிக மெதுவாக அவன் முன் நெற்றியில் அடித்தாள்.

“பெரிய டீசன்ட் ஜென்ட்டில்மேன்!”

செழியன் எப்போதும் அப்படி அமர்ந்திருக்க மாட்டான். பீன் பேகில் முடிச்சுப் போட்டுக்கொண்டவன் போல் படுத்திருந்தான்.

“டேய், என்னடா இப்பிடி கெடக்க? டெம்ப்ரேச்சர் இல்லல?” என அவன் நெற்றியில் தொட்டுப் பார்த்தான் அதிபன்.

அதிபனின் விரல் குளிர்ச்சியில் சட்டென விழித்தவன்,

“வெயிட்டிங்ணே, என்ன ஆச்சு? இவ்ளோ நேரம். மறுநாள் ஆகிருச்சு போலயேண்ணே.”

எழுந்து கட்டிலில் படுத்துக்கொண்டே செழியன் சிரிக்க,

“டேய் அதவிடு, மருந்து ஏதாவது சாப்ட்டியா? ஹாஸ்பிடல்ல என்ன சொன்னாங்க?”

“ஒண்ணுமில்லன்ணே, நார்மல்தான், ரெஸ்ட் எடுத்தா சரியாப் போயிரும்.”

“ரெஸ்ட் எடுத்தியா, இல்ல ஆள இங்க கூட்டு வந்துட்டியா?”

“ச்ச, ஹாஸ்பிடல்ல இருந்து ஒர்க் இருக்குன்னு போய்ட்டா, நான் ஆட்டோல வந்தேன். நீங்க சொல்லுங்க, அக்கா என்ன சொன்னாங்க, நார்மல் ஆகிட்டீங்களா?”

“டேய், கல்யாணம் குழந்தைன்னு வேற தென்றல்டா இது, என் தென்றல் வேற.”

“அய்ய, என்னண்ணே அந்த ஏழு நாட்கள் பாக்யராஜ் மாதிரி, பக்ஷே இது என்டே காதலி அல்லனு...”

செழியன் சிரிக்க, அதிபனும் சிரித்துக்கொண்டே சிகரெட்டை எடுத்துப் பற்றவைத்தான்.

“அப்பிடி இல்லடா, இவங்க நினைச்சா எது வேணா பண்ணுவாங்க, நாம மண்டைய மண்டைய ஆட்டணுமா?”

அதிபன், செழியனை நோக்கிப் புகையை ஊதினான்.

கைக்குழந்தையை தூக்கும் லாகவத்தில் இரண்டு பாட்டில்களை ஏந்திக்கொண்டு உள்ளே நுழைந்தார் பெருசு மணி.

அத்தியாயம் 19

அசங்கி ஆடி

அலையலையாய்

ததும்பிக்கொண்டேயிருக்கிறது

கடல்

நதியாய் ஓடிய

நீர்க்கால்களின்

நிமித்தம்

“வீட்ல எட்டிப்பார்த்து ஒரு அட்டெண்டன்ஸ போட்டு வந்துர்றேன். தூங்கிறாதீங்கடா.”

மணி, பரபரப்பாக பாட்டில்களை அதன் இடத்தில் வைத்துவிட்டு, பழங்களை அடுக்கி வைத்துவிட்டு, ஊறுகாய் பாட்டிலின் உள்ளே எட்டிப்பார்த்து, இருக்கின்ற திருப்தியில் கிளம்பினார்.

“யோவ் பெருசு, வீட்டுக்குப் போய்ட்டே வரவேண்டியதுதான.”

“சலங்புலங்னு சத்தம் கேட்டு பாட்டிலப் பாத்துட்டான்னா அவ்ளோதான்.”

“இம்புட்டு பயம் இருக்குல்ல, எதுக்கு அப்ப தெரியாம குடிக்கணும்?”

“என்ன அதிபா திடீர்னு இப்பிடிச் சொல்ட்ட... இதெல்லாம் காலங்காலமா நடக்குறதுதானய்யா, இரு வர்றேன்.”

அவர் போவதைப் பார்த்து, தலையை அவர் பக்கமாக ஆட்டிய அதிபன்,

"பாரு, எங்க பாத்தாலும் இதான் போல."

செழியனுக்கு சோர்வு கொஞ்சம் குறைந்தது போலிருந்தது.

"என்னாண்ணே உர்ர்னு இருக்க? அமித்திஸ்ட்ல ஜாலியா கால நீட்டி கோப்பா ஒக்காந்துருந்த."

அதிபனுக்கு ஒரு தனிமை தேவைப்பட்டது. அவனாகவே பேசிக்கொள்ளவேண்டும் போலிருந்தது.

"ஆனா, மகாபலிபுரம்ன்னதும் நைட்டு அப்பிடியே பாண்டிச்சேரிக்கு ஜெண்டாகிருவீங்கன்னு நினைச்சேன்ணே."

சட்டென திரும்பினான் அதிபன்.

"நீ எங்குட்டுடா பாத்த?"

செழியன் மொபலை ஆட்டி சிரித்தான்.

"ஃபாஸ்ட் டேக்ண்ணே... ஓடவும் முடியாது ஒளியவும் முடியாது."

அதிபன் வாசனைத் திரவியத்தை எடுத்து முகர்ந்து பார்த்துக்கொண்டே, "ஆமா, ஓடுறாய்ங்க..."

"ஆனா, இந்த Fast tag என்னா தெளிவு?"

அதிபன் குழப்பமாக செழியனைப் பார்த்தான்.

"நாம எப்பவோ பண்ணப்போற செலவ மொதல்லயே வாங்கி வச்சுகுறது. எத்தன கோடி வண்டிங்க. ப்ச்... அவன் அவன் மேல இருந்து யோசிக்கிறது எல்லாம் இப்பிடித்தான் இருக்கு. சரி அதவிடுங்க, என்ன சொல்லுச்சு அக்கா? மகாபலிபுரம்னா மகாபலிபுரமேவா?"

காற்றில் கடல் வாடை அடித்தது. கடலுக்கு ஏது வாடை? ஈரப்பதம். காற்றின் பிறந்த வீடு கடல்தானே. அந்த ஈரம் எப்போதும் அப்பி இருக்கும் என்பதாய் இருந்தது.

"மதுரைல கடல் இருந்திருந்தா நான் ஒன்னய விட்டுப் போயிருக்க மாட்டேன் போல அதி."

"அதுசரி, நீ போய்ட்டு கேஸ கடல்மேல எழுதுறியா?"

"இல்ல, நெஜமாவே சொல்றேன். நான் அடிக்கடி ட்ராவல் ட்ராவல்னு எங்க போனாலும் கடல்தான் என்னோட எல்லாமும். நின்னுட்டே இருந்தா போதும். அவ்ளோ பெரிய கைகள்டா இந்த கடல்க்கு. வா வான்னு கட்டிக்க கூப்புடுற மாதிரி இருக்கும். அலை எல்லாம் கொஞ்ச நேரம் பாத்துட்டு, அப்பிடியே நிமிந்து தள்ளி, ரொம்ப தூரம் தள்ளி பாத்துட்டே போகணும். கடேசி புள்ளி வரைக்கும். கொஞ்ச நேரத்துல என்ன வேணும்னு கேட்கும்."

"கேட்கும் கேட்கும்" எனச் சொல்ல நினைத்தான். சொல்லாமல் தென்றலைப் பார்த்தான். அவள் அதிபன் பக்கம் திரும்பாமல் கடல் பார்த்துக்கொண்டே பேசினாள். அவள் கண்கள் விரிந்து, முகமெல்லாம் மலர்ந்து பேசிக்கொண்டிருந்தாள்.

"அதோ, அங்க பாரு..."

தூரத்தில் காட்டினாள். அதிபனுக்கு எதுவும் தெரியவில்லை.

"அந்த டாட்தான்... பாரு பாரு, அதுதான் அலையா ஆகும் பாரு, பாரு."

குதூகலமாய் கத்தினாள்.

ஆம்! ஒரு வெள்ளைப் பொட்டுப் புள்ளி கொஞ்சம் கொஞ்சமாய் விரிந்து அலையாய்ப் படர்தல் கண்முன் நிகழ்ந்ததைப் பார்த்தான்.

அலை தன் கால்களைத் தொட்டுவிடக்கூடாது என்பதுபோல் ஒவ்வொரு முறையும் அதிபனைத் தொட்டுத் தள்ளி ஓடி, ஒரு சிறுமி போல் ஆடிக்கொண்டிருந்தாள்.

“ஜாலியா சுதந்திரமா இப்பிடி ஆடறது... ட்ராவல்னு ம்ம்...”

அதிபன் தாடியின் பிசுபிசுப்பைத் துடைத்துக்கொண்டே சொல்ல,

அவனைப் பார்க்காமல், குனிந்து மும்முரமாய் மணலில் கால்களைப் பதித்து, அழுத்திக்கொண்டு சொன்னாள்.

“அதி, சுதந்திரம்னா என்ன தெரியுமா? எத வேணா பண்றது இல்ல... பண்ண வேண்டாம்னு நினைக்கிறத பண்ணாம இருக்குறது. இருக்க முடியுறது, *Got it?*”

ஒரு பெரிய அலை சட்டென அவளைத் தள்ளாட வைக்க, அவன் தோளைப் பற்றிக்கொண்டு அலையை வென்றாள். ஆனால், ஆர்ப்பாட்டம் ஏதுமற்ற ஒரு சிற்றலை மெதுமெதுவாக மண்ணில் விரவி இருவர் கால்களையும் நனைத்தது.

---❖---

“தண்ணி போதுமா?”

பெருசு செவ்வனே தன் வேலையில் இறங்கி இருந்தார்.

அதிபன் குடிக்கும் மனப்பான்மையில் இல்லை.

செழியன் எம்ஜிஆரைப் போல் கும்பிட்டான். “காய்ச்சல் பெருசு.”

“என்னடா இது, தனியா அடிக்க முடியாதேடா, ரெண்டு ஃபுல்லு!”

“யோவ், ரெண்டு அவுன்ஸ சாத்திட்டுப் படுய்யா.”

அதிபன் சொன்னதும்,

“இன்னிக்கு அதி ஆள் சரி இல்லயே, மந்திரிச்சுவிட்ட மாதிரி சுத்துறான்.”

“ஆமா, இன்னிக்கு சம்பவம்...”

“மயிருல சம்பவம்... டேய், எங்க இருந்தா என்ன பண்ணா இத்தன வருசம் எதுவும் தெரியாது, திடீர்னு வந்து கடல்ங்குறா, மலைங்குறா, லூசு ஆகிட்டாடா!”

செழியன் சிரித்துக்கொண்டே, “அடேயப்பா, ஏன் இத்தன வருசம் நீங்க என்ன பண்ணீங்க? கஜ போத ராஜ போதைல இருந்தாலும், பாவம்டா அவங்குறது, கழுத்த அறுத்தாலும் அவளப்பத்தி தப்பா பேசக்கூடாதுன்னு சுத்துறது... இப்ப வந்துட்டு, நாங்கள்லாம் யார் தெர்மான்னு செலம்புறீங்க.”

பெருசு சிரித்துக்கொண்டே, “ஓஹோ... நோயும் நீயே மருந்தும் நீயே மேட்டரா, அப்ப சரி.”

“யோவ் பொண்டாட்டிக்குப் பயந்து இங்க வந்து சரக்கப் போட்டு, மருந்து கிருந்துனு...”

அதிபன் சிரித்தான். எந்த நேரத்தில் கையில் வைத்து உருட்டிக்கொண்டிருக்கும் அந்த வாசனைத் திரவியத்தை அமுக்கப்போகிறானோ என செழியன் பார்த்துக்கொண்டிருந்தான்.

“அது பயம் இல்லடா அதி, ஆயிரம் ஆயிரம் வருசமா மூளைக்குள்ள செட்டான விசயம்.”

பெருசு போதை மிதமாக இருந்தால், இப்படி மிதக்க விடுவார் அரிய அறிவுரைகளை.

“நீ என்னா வேலைல சுத்துனாலும், மண்டை எதுக்குள்ள பிஸியா இருந்தாலும், ஒம் பக்கத்துல ஒரு பொண்ணு கொஞ்சம் அழகா போனா டக்குனு திரும்பி பார்த்துட்டேதான ஒக்காந்துருப்ப. அது என்ன ஏதுன்னு எவன்னாலயும் மூளைக்குள்ள நோண்டிப் பாக்க முடியாது. அந்த சிஸ்டத்த டீகோட் பண்ணா, ஆதாம் ஏவாள் வரைக்கும் போகும்.”

செழியன் எழுந்து அமர்ந்தான்.

“அதேமாதிரிதான் லேடீஸ்... காலங்காலமா அவங்க மண்டைல செட்டான சிஸ்டம், அவங்க சொல்றதத்தான் ஆம்பள கேட்கணும்னு, ஏன் தெரியுமா?”

“க்ராப்!”

“க்ராப்பும் இல்ல, மொட்டயும் இல்லடா தம்பி. உண்மை. வரலாறு எடுத்துப் பாரு. அப்பனே கிடையாது எங்கயும்... நம்மல்லாம் தாய்வழிச் சமூகம்... சொல்லு, தாய்வழிச் சமூகம்.”

போதையிலும் தெளிவாக விழுந்தன பெருசு வாயிலிருந்து சொற்கள்.

“அம்மா மட்டும்தான் ஒரு கூட்டத்துல. அந்தக் கிழவிதான் எல்லாத்தையும் டிஸைட் பண்றது. அவங்கதான் யார்கூட அன்னைக்கி இருக்குறதுன்றதயே முடிவு பண்ணாங்க. நீ நல்லா வேட்டையாடினா நீ வா, மறுநாள் நான் பெருசா ஏதாச்சும் பண்ணா நான்னு” ஆட்காட்டி விரலை அழைப்புபோல் ஆட்டினார். “சாப்பாட்ட பங்கு போட்டு எல்லாருக்கும் குடுக்குறதுல இருந்து எல்லாமே அவங்கதான் டிஸைடிங் அத்தாரிட்டி.”

அதிபன் ஒரு கிளாஸை எடுத்து கொஞ்சமாக ஊற்றிக்கொண்டான். “அதுல இருந்துதான இந்த சுயம்வரம்லாம் வந்துச்சு. இளவரசிதான் தேர்ந்தெடுக்கணும்னு.”

ஆச்சர்யமான பெருசு, “அதேதான், பரவால்லையே தெரியுமா?”

“த்தா.. எப்ப சரக்கப் போட்டாலும் இதயேதானய்யா சொல்ற. புதுசா ஏதாச்சும் சொல்லிருக்கியா?”

ஆனால், செழியனுக்குப் புதிதாக இருந்தது, புரியாமலும்.

“ஓஹ்... ஆனா, எங்க பாத்தாலும் ஆண் அது இதுன்னு...”

“ஏன்னா, ஒருத்தி குடும்ப அமைப்புக்குள்ள போனா. ஆதிமனிதன்ல ஒருத்தன் மொத மொதோ பொசஸிவ காட்டி அவள வேற எவனும் நெருங்காம தனியாக் கூட்டிப் போய் வச்சிருந்தான்ல... அங்க ஆரம்பிச்சது குடும்பம். அதுக்கு சரின்னு சொன்னா பாரு என்ன ஆகப்போகுதுன்னு தெரியாம பாவம், அவ மேலதான் கேஸ பூரா எழுதணும்.”

பெருசு ஊறுகாயை எடுத்துக்கொண்டு வந்து அமர்ந்தார்.

செழியன் சார்ஜரில் இருந்து மொபைலை எடுத்தான்.

நிறைய மிஸ்டுகால்கள், அலுவல் கால்கள். அதில் மதியிடம் இருந்து இரண்டு. வாட்ஸப்பைத் திறந்தான்.

மூன்று கேள்விக்குறிகள். இரண்டு கோவமாய்ப் புருவம் உயர்த்திப் பார்க்கும் பொம்மைகள். கொஞ்ச நேரம் இடைவெளி விட்டு, *'hope you're ok now, still temp?'* என்ற நலம் விசாரிப்பு.

மற்றபடி ஆட்டோ ஏறி ஏன் போனாய், போனில் இருந்ததற்கு வருத்தம், மன்னிப்பு என எதையும் காணவில்லை.

சண்டைக்கான அறிகுறியும் தென்படவில்லை.

அழைக்கலாமா என யோசித்தான். மணி இரவு பதினொன்று. எப்போது கடைசியாக ஆன்லைன் எனப் பார்த்தான். ஆன்லைன் என மிளிர்ந்தது.

அவ்வளவுதான். பதற்றம் தொற்றியது அவனுக்கு. முதல் காரியமாக ரித்து மல்ஹோத்ரா எண்ணிற்கு சென்று பார்த்தான். நல்லவேளையாக அந்த எண் மதியத்தோடு பார்க்கவில்லை என காட்டியது.

கொஞ்சம் ஆசுவாசமடைந்தான். ஏதோ நடக்கிறது. மதி ஏன் இவ்வளவு வேகமாக அல்லது வேறுமாதிரி நடந்துகொள்கிறாள் என யோசித்தான். பெருசு சொன்ன சொற்கள் மண்டைக்குள் குடைந்தன. வேட்டைச் சமூக மனிதன் கையில் மொபைலோடு எந்த விலங்கை அடிக்கலாம் என எதிர்நோக்கி நிற்பது போன்ற கற்பனை தோன்றியது.

அவனை அறியாமல் அனிச்சையாக, அவன் கைகள் மும்பை நசீம் என்ற எண்ணிற்குப் போக, ஆன்லைன் எனக் காட்டியது. பாய்ந்து அடித்து மறுபடியும் மதியிடம் போனான். ஆன்லைன்.

ஒவ்வொரு எழுத்தாக அடித்து அடித்து அழித்தான். நோக்கம் செய்தி அல்ல, டைப்பிங் என அவளுக்கு காட்டுவது, பார்த்துக்கொண்டிருக்கிறேன் என உணர்த்துவது.

பதில் வரவில்லை.

“சம்திங் ராங்” என முணுமுணுத்தான்.

அதிபனைப் பார்த்தான். தூங்கிக்கொண்டிருந்தான்.

நீண்ட குழப்பத்திற்குப் பிறகு இந்த நேரத்தில் என்ன செய்துகொண்டிருக்கிறாய் ஆன்லைனில் என அனுப்பினான்.

சட் சட்டென அவள் பார்த்துவிட்டதைக் காட்டியது திரை.

பதில் இல்லை.

மிக மிகக் கடுமையாக பேச வேண்டும் அவளிடம் என மனம் மன்றாடியது. மூளை பெருசிடம் போகச் சொல்லியது.

மொபைலை ஃப்ளைட் மோடில் வைத்தான். தற்காலிக தப்பித்தல். அல்லது அவளை யோசிக்க வைத்தல்.

பெருசு நிதானமாய் முடித்துக்கொண்டே மொபைலில் ஏதோ வீடியோ பார்த்துக்கொண்டிருந்தார்.

செழியன் அருகில் வந்து அமர்ந்ததை உணர்ந்து, காதிலிருந்து பிடிங்கினார் இயர்போன்களை.

“அடிக்கிறயா? காச்சல் இருக்குல்ல, வேணாம்.”

“இல்ல, ஒரு மாதிரி கடுப்பா இருக்கு.”

“ஏன்ள்...”

ள் விகுதி இன்னும் கொஞ்ச நேரத்தில் ழ் ஆக மாறக்கூடும்.

“சும்மா, மதியோட சண்ட.”

“கால்ல விழுந்துரு, போ.”

“அடப்போய்யா, வேற வேல இல்ல... பாத்துக்குவோம், இந்த தடவ அவ்ளோதான், மயிராப்போச்சு.”

பெருசு வாயைத் துடைத்துக்கொண்டே, “நீய்யேதான் சொல்ற, ஆஸ்பத்திரிக்கு கூட்டிப்போனான்னு, ஏன்? அப்பிடியே போகத் தெரியாதா? உன்னய அனத்தி, கூட்டிப்போயி டெஸ்ட் எடுத்து...”

அதிபன் மொபைல் அலற, செழியன் எட்டிப் பார்த்தான்.

அதிபன் லேசாக அசைந்து தூக்கத்தைத் தொடர்ந்தான். மணி அடிப்பது நின்றது.

”பாவம் தென்றலக்கா போன் போல, அண்ணே மட்டையாகிட்டாரு.”

செழியன் எழுந்தான்.

மீண்டும் அடித்தது. அதிபன் எழுந்து எடுத்துப் பார்த்துவிட்டு,

“டேய், இந்தா...”

செழி எம் என கதறின காலிங் அலைகள்.

”அண்ணா ஸாரி, செழி...”

“நான்தான் சொல்லு மதி.”

“இனிமே கால் பண்ணாத, கெட் லாஸ்ட், அதச் சொல்றதுக்குத்தான் பண்ணேன்.”

“ஓகே, நீதான் பண்ணிருக்க இப்ப.”

“ஓஹ், ஸாரி ஃபார் தட். குட் பை”

பெருசு, “பாழ்த்தியா லவ்வ” என அதிபனைப் பார்த்து சிரிக்க,

அதிபன் தன் மொபலை வாங்கி, தென்றல் ஆன்லைனில் இருக்கிறாளா எனப் பார்த்தான்.

உடம்பு சுத்தமாக முடியாத பொழுதில், உடன் இருக்கும் ஒருவர்தவிர்க்கும்போதோ, ஆறுதலாக எதுவும் சொல்லாதபோதோ வரும் சுயகழிவிரக்கம், செழியனுக்குள் கொஞ்சம் கொஞ்சமாக படர்ந்தது. சுயகழிவிரக்கம் படர்ந்தால், வெறுமை நிரம்பும். நிரம்பியது.

அத்தியாயம் 20

நதிபாய்ந்த மனதைப்போல்
நள்ளிரவில் குளிர்வித்து
திரும்ப அதன்கூட்டிற்கு
கூட்டிவருகிறது
உனதன்பு நிமித்த ஒரு கேள்வி.

ஞாயிற்றுக்கிழமைகளில் மட்டும் வழக்கத்தைவிட முன்னதாகவே விழிப்புத்தட்டிவிடும் செழியனுக்கு... தட்டியது.

அதிபன் நடந்துகொண்டே போனில் பேசிக்கொண்டிருப்பதைப் பார்த்தான்.

சோம்பல் முறித்து எழுந்தவன் காதுகளில் விழுந்தன அதிபனின் சொற்கள்.

"நீ சொல்லு, லன்ச்க்கா... ம்ம், ஓகே."

பல் தேய்த்து, அதிபனுக்கு காஃபி வேண்டுமா என சைகையில் கேட்டான். தயாரித்து எடுத்து வரும்போது அதிபன் பேசி முடித்திருந்தான்.

"என்னாடா டல்லா இருக்க?"

"லேசா தலவலிண்ணே, அத விடுங்க... நீங்க என்ன ஒரே குபுகுபுன்னு பொங்குறீங்க?"

"ச்ச ச்ச, அதெல்லாம் இல்ல, தென்றல்தான். நாளைக்கு பையன எங்க கூட்டிட்டு வரணும்னு..."

"ம்ம்... லன்ச் ஹிஞ்ச்சுனு காதுல விழுந்துச்சே..."

“இன்னிக்கு சண்டே, லன்ச் போலாமான்னு...”

அதிபனின் முகத்தில் மிக மிக லேசான வெட்கம் எட்டிப்பார்த்தது. வாக்கியத்தை முடிக்காமல், அல்லது தப்பிக்கும் விதமாக பாதி சொல்லிவிட்டு கோப்பையை வாய்க்கு கொடுத்துக்கொண்டான்.

“லாங் லிவ் வித் யெல்லோ குங்கும்ண்ணே...”

“அப்டீன்னா?”

“மஞ்சள் வளத்துடன் நீடுழி வாழ்க!”

சொல்லிக்கொண்டே போனை ஆன் செய்தான்.

‘it’s hard to keep quiet knowing u r sick’

‘not reachable’

‘Switched off?’

‘away’

?????

என விதவிதமான மெசேஜ்கள் மதியிடம் இருந்து. பொறுக்கமாட்டாமல்தான் அதற்குப் பின்னர் அதிபன் எண்ணில் அழைத்து திட்டி இருக்கிறாள்.

பாவம் அவள் என்று தோன்றியது செழியனுக்கு.

“என்னடா, லாஸ்ட்டா எறங்குறவன ஓப்பனிங் எறக்கிவிட்டா முழிப்பானே, அப்பிடி முழிக்கிற?”

“அதெல்லாம் ஒண்ணுமில்லண்ணே, உங்களுக்கு கார் வேணுமா? எத்தன மணிக்கு லன்ச்? நான் மதிய பாத்துட்டு வந்துர்றேன் ஓகேதான?”

“வந்துருவல்ல, இல்ல அப்பிடியே சுத்தப்போயிருவியா அந்தப் பிள்ளையோட?”

செழியன் குளித்து அவன் ராசியான சட்டையைத் தேடினான். அந்தச் சட்டையைப் போட்டான் எனில் அவ்வளவுதான், காலில் விழப்போகிறான் என்று அர்த்தம்.

“அட, செம ப்ராண்ட்டா இருக்கே!”

அதிபன் சட்டெனெ சுதாரித்து தடுக்கும் முன்னர், செழியன் அந்த பெர்ஃப்யூமை அடித்துக்கொண்டான்.

அதிபன் பதறுவதைப் பார்த்து சிரித்தான்.

“அடேயப்பா, அவ இஷ்டமா அதா இதான்னீங்க...”

“போடா போடா, நய்யா நய்யானு இவன் ஒருத்தன், ஆமா பெருசு எங்கடா?”

“போதயப் போட்டு விடிய விடிய பொளந்து கட்டினாப்ல... காலங்காத்தால நாலு மணிக்கு குளிச்சுகிளிச்சு கெளம்பிட்டாப்ல, தாய்வழிக்கு பம்மி...”

”பாவத்த...”

சிரித்துக் கொண்டே கிளம்பினான்.

மதியின் வீடு கஜகஜவென்று இருந்தது. எங்கு திரும்பினாலும் பொருட்கள். மதியின் அப்பா செழியனுக்கு எதிரில் அமர்ந்து அவன் முகத்தைப் பார்த்துக்கொண்டிருந்தார். மதியின் அம்மா காஃபியுடன் வந்தாள். முன்பு எப்போதோ மதுரையில் இருந்து ஹைதராபாத்துக்குக் கிளம்பிய நண்பன் முத்து சொன்னது நினைவிற்கு வந்தது.

“மாப்ள, வயசுல எல்லாமே நல்லாத்தான் இருக்குற மாதிரி இருக்கும். நீ பாக்க வேண்டியது ஜாரியோட அம்மாவ. டைவாவோட அம்மா அம்பது வயசுல எப்பிடி இருக்கோ, கிட்டத்தட்ட பொண்ணுங்களும் அப்பிடி ஆகிருவாங்க, நீ வேணா செக் பண்ணிப் பாரு. அது எப்பிடித்தான் அப்பிடி மாறுவாங்களோ...”

மதியின் அம்மா, மதியின் *Faceapp* விகிதத்தில் களையாக இருந்தார். நல்லவேளையாக மதி அப்பாவைப் போல் இல்லை

என்று நினைத்துக்கொண்டான். அவர் முகத்தின் அந்தக் கடுகடுப்புதான் காரணம். ஆனால், அவர் குரலில் அத்தனை கடுகடுப்பு தெரியவில்லை.

"ஏதாவது அர்ஜெண்ட்டா...?" என அவர் பெயர் சட்டென நினைவில் வர மறுக்க, இழுத்தார்.

"செழி, செழியன் அங்கிள்."

"ஆங், செழியன்... ஏதாவது பென்ட்ரைவ் குடுக்கணுமா? எங்கிட்ட குடுங்க. அவ இப்பதான் பார்லர் போறேன்னு போனா. வர எப்பிடியும் ரெண்டு மணி நேரம் ஆகிரும்."

'பார்லரா?' எனக் குழம்பினான்.

"போன் பண்ணலயா நீங்க?" அம்மா கேட்டதற்கு தடுமாறினான்.

"ஸ்விட்ச் ஆஃப்ல இருக்கு ஆன்ட்டி."

"ஓஹ், போகும்போதுகூட ஏதோ ஹிந்தில தஸ்புஸ்னு பேசிட்டுத்தான போனா... யாருங்க அது, ஏதோ பேர் சொல்லி கத்தினாளே..?"

சட்டென அப்பா அந்தப் பெயரை யோசிக்கும் முகபாவனைக்குள் போய்விட்டார்.

எழுந்தான். சில புத்தகங்கள் கிடந்தன. எட்டிப்பார்த்தான்

Fahrenheit 451, பாதியாக மூடி வைக்கப்பட்ட *The Bell Jar*.

செழியன் பார்ப்பதைப் பார்த்த அப்பா, "மதியோடதுதான்."

"தெரியுது."

"என்ன?"

"தெரியும்னு சொன்னேன் அங்கிள்" எனக் கிட்டத்தட்ட வடிவேலு குழைவில் முடித்துக்கொண்டு கிளம்பினான்.

"தம்பி, போற வழில ரெண்டு வீடு தள்ளி அயர்ன்காரர் வண்டி இருக்கும். அவர கொஞ்சம் வரச் சொல்லிட்டுப் போறீங்களா...

அவர் பொண்ணுக்கு ஃபீஸ் கட்டணும்னு மதி பணம் எடுத்து வச்சா, மறந்துட்டுப் போய்ட்டா.''

''ஷ்யூர்ம்மா.''

காரைக் கிளப்பியவனை நோக்கி அவசர அவசரமாக வந்தார் மதியின் அப்பா.

எப்படியும் கேட்டுவிடப்போகிறார் என்று நினைத்தான். 'வீடு வரைக்கும் வர்ற வேலைல்லாம் வேண்டாம் தம்பி' என்பதாக ஏதாவது சொல்லப் போகிறாரா? மதியைப் பார்த்தால் அப்படி எல்லாம் அவளுடைய அப்பா பேசுவது போல் தெரியவில்லையே.

கதவை இறக்கினான்.

''அந்த நேம், மதி பேசினதுன்னு இவ சொன்னாளே, ஞாபகம் வந்துருச்சு'' என கையைச் சொடுக்கி, ''நசீம்'' என்றார், ஏதோ சாதித்து விட்டது போல.

செழியனுக்கு அந்த நொடி, 'ஏண்டா இப்பிடி' என்றுதான் தோன்றியது. மிகுந்த முனைப்போடு அதை அடக்கி, ஒரு சிரிப்பைச் சிரித்து,

''ஓ, மும்பை பிராஞ்ச் நசீம், ஓகே அங்கிள்.''

அவருக்கு பரம திருப்தி. தலையை ஆட்டிக்கொண்டே உள்ளே போனார். எப்படியும் தன் நினைவுத்திறனை வியந்தோதி மனைவியிடம் எப்பிடி என்று சொல்வார்.

வரும் வழியில் ஒரு க்ரீன் ட்ரெண்ட்ஸ் கடையைப் பார்த்த நினைவு வர, அங்கு சென்றான்.

உள்ளே வரவேற்பறையில் அமர்ந்திருந்த மதி, கண்ணாடி வழியே செழியனைப் பார்த்ததும், சட்டென உள்ளே உள்ள அறைக்குள் நுழைந்தாள்.

மிகவும் தயக்கமாக வரவேற்பாளரிடம், ''மதி...''

''நோ சார்.''

கம்ப்யூட்டரையோ ரிஜிஸ்டரையோ பார்க்காமலே பதில் வந்ததும் புரிந்துகொண்டான்.

“ஓஹ்... கார இங்க பார்க் பண்ணிட்டு வேற எங்கயோ போய்ட்டாங்க போல, இட்ஸ் ஓகே.”

சமாளிக்கும் விதமாக, மொபைலை நோண்டி அழைத்தான்.

அணைத்து வைக்கப்பட்டிருந்தது.

கிளம்பினான்.

வெகு நாட்களுக்குப் பிறகு, அந்தக் கேள்வி செழியனுக்கு எழுந்தது.

எப்போது எந்தப் புள்ளியில் மதியைக் காதலிக்கத் துவங்கினான்?

மதிதான் காதலைச் சொன்னாளா? சொல்லிக்கொண்டதாக நினைவில்லையே...

டெல்லில் மீட்டிங் நிமித்தம் தங்கி இருந்த ஒரு வசந்தகால காலையில், போனில் மதி அழைத்த நிகழ்வு நினைவிற்கு வந்தது. ஆம், அந்தப் புள்ளிதான் மதியை வாழ்வின் மையப்புள்ளியாக்கிய தருணம் என்றாகலாம். ஏதேதோ அலுவல் நிமித்தம் பேசிவிட்டு, எப்ப ரிட்டன் வருவீங்க? சீக்கிரம் வாங்க எனும் ரீதியில் ஏதோ சொன்ன நினைவு. அதன்பிறகான புரிதலில் மதியை அவன் கொண்டாடினான். அவள் தீர்க்கிறாள் இப்போது எனத் தோன்றியது செழியனுக்கு.

நேருக்கு நேர் சண்டை எல்லாம் சமாளித்துவிடலாம் காதலில். இந்தப் பனிப்போர்கள் கொரில்லாத் தாக்குதலைவிட அபாயகரமானவை. குறிப்பாக, பிடிக்காத ஒரு நபர் ஊடாடும்போது, அதீத கற்பனை, இதுவாக இருக்குமோ அதுவாக இருக்குமோ எனப் புள்ளி வைத்து கோட்டை நம் எண்ணத்திற்கு ஏற்ப இழுத்துப்போடும் அனுமானக் கோலங்கள் எப்போதும் அலங்கோலங்களாகத்தானே மாறும்? செழியன் முகமே அலங்கோலமாக இருந்தது.

“என்னடா, வண்டிய எதுலயும் விட்டயா?” என அதிபன் பதறிப்போய் கேட்டான்.

“இல்லயேண்ணே.”

“மூஞ்சி என்னடா இப்பிடி இருக்கு? போனதும் வந்துட்ட.”

“அவ்ளோதான்... பாத்துட்டு வந்துட்டேன். நீங்க கிளம்பணும்னீங்களே. ம்... இந்தாங்க” என கார் சாவியைக் கொடுத்துவிட்டு விருட்டென உள்ளே போனான்.

அதிபன் அவன் பின்னாலேயே தொடர்ந்தான்.

“டேய், இங்க பார்றா...”

செழியன் அதிபன் அழைப்பது கேட்காதது போல் பாத்ரூமிற்குள் சென்றான்.

முகத்தைக் கழுவிக்கொண்டு வெளியே வந்தான்.

அதிபன் நின்றுகொண்டிருந்தான்.

“கிளம்பலயாண்ணே...? டைம் ஆச்சு பாருங்க...”

“எனக்காண்டிதான் ஓடிவந்தயா? நான் கேப் புக் பண்ணிருப்பேன்ல.”

“ச்ச ச்ச... அதெல்லாம் இல்லண்ணே, அவ எங்கயோ வெளில போயிருந்தா.”

அதிபனுக்குப் புரிந்தது. ஏதோ பிரச்சனை. போன், வாட்ஸப் எனச் சகலவித அக்கப்போருகள் இருக்க, காதலியை நேரில் போய் பார்க்காமல் திரும்புவது நம்பமுடியாத ஒன்று.

அதிபன் போனை எடுத்து தென்றலை அழைத்தான்.

“ஹே... ஸாரி, ஒரு முக்கியமான மீட்டிங். செலக்‌ஷன் ஆட்கள் திடீர்னு வரச்சொல்றாங்க. நாம நாளைக்கு கிரவுண்ட்ல பாக்கலாம், ஓகேயா?”

செழியன் பதறினான்.

“அட, அண்ணே நீ போண்ணே, நான்...”

பேசிக்கொண்டிருந்தவனின் அருகில் சென்றான் அதிபன்.

செழியன் அவனையும் அறியாமல் அமர்ந்த வாக்கில் அதிபன் வயிற்றில் புதைந்தான்.

“டேய், மொசப் பிடிக்கிற நாய மூஞ்சப் பாத்தே சொல்லிருவம்டா நாங்க. சரி எந்திரி, எங்கயாவது போலாம்.”

“அட அதெல்லாம்...”

அதற்குள் அதிபன் காரை நோக்கி நடக்கத் துவங்கி இருந்தான்.

செழியனுக்கும் வேறு ஓர் உலகத்திற்குள் புக வேண்டும் போல்தான் இருந்தது.

ஆட்டுக்குட்டியைப் போல் பின்தொடர்ந்தான்.

“சரக்கு எதுவும் எடுக்கணுமா?”

“அய்ய... அதெல்லாம் வேணாம்ணே... நேரா *Fisherman’s cove* விடுங்க. ஒரு ரவுண்ட் போய்ட்டு வருவோம்.”

”செம்ம எடம், போவோம்.”

கிழக்கு கடற்கரை சாலையில் இருந்து சட்டென இடது பக்கம் வெட்டி, உயரம் நோக்கிப் போகும்போதே ஆரம்பித்துவிட்டது மாறுபட்ட மனநிலை. வேறு ஓர் உலகம் போலிருந்தது அந்த இடம்.

கடல்எல்லோருக்குமானதாகபரந்துவிரிந்துகிடந்தாலும்,அதை கரைகட்டி பிரத்தியேகமாக நமக்கான இடம்போல் ஆக்கியதில் துவங்கி, அனைத்தும் நேர்த்தியாக இருந்தது. பணம் கொட்டி மன நிம்மதி அடையும் மக்கள் சுற்றிக்கொண்டிருந்தார்கள்.

நல்ல இடமாகப் பார்த்து அமர்ந்தார்கள்.

வரும் வழி எல்லாம் மதுரையில் நிகழ்ந்த பஞ்சாயத்துகள், பழனியின் கூத்துகள், மேட்ச் ஆடும்போது நடந்த சண்டைகள் என பேசியதிலேயே செழியன் இயல்பு நிலைக்கு திரும்பத் துவங்கி இருந்தான்.

”ஏண்ணே, இவ்ளோ பேசுறியே, நீ ஏன் கல்யாணம் பண்ணிக்கல? தென்றலக்காவுக்காகவா?”

அதிபன் மறுத்தான்.

“இல்லயே, அதெல்லாம் இல்ல.”

மிக அழகான வேலைப்பாட்டுடன் இருந்த சப்பட்டையான கண்ணாடிக் கிளாஸில் இருந்த நீரை விரல்களால் அகலமாகப் பிடித்து, அருந்தினான்.

“செழியா, அதது அப்பப்ப கரெக்ட்டா நடக்கணும், நடந்துறணும்டா லைஃப்ல. அதான் லைஃப்.”

“ம்...”

“அப்டீ நடந்த எல்லாத்தையும் பாரு, தெரிஞ்சோ தெரியாமலோ ஒருத்தங்க போற போக்குல கை தூக்கி விட்ருப்பாங்க. ஏதாவது ஒரு ரூபத்துல, அத அவங்க பண்ணும்போது ஏதோ பெருசா பண்றாங்கன்னு கூடத் தெரியாது, ஆனா, யாராவது பண்ணணும், பண்ணுவாங்க.”

செழியனின் ஆமோதித்தான். பணியிடத்தில் சம்பந்தமில்லாமல் ஏதேனும் ஒரு பாஸ் எவரையேனும் பிடித்துப்போய் தூக்கிவிடுவதில் துவங்கி, எல்லா வெற்றிகளுக்கும் நிகழ்வுகளுக்கும் பின்னர் ஒருவரின் போகிறபோக்கு உதவிச் செயல் இருந்திருக்கும், பெரும்பாலும். அவனுக்கு உதயன் சாரின் நினைவு வந்தது.

”எங்க அம்மா இருந்திருந்தா அணத்தி அணத்தி கல்யாணம் பண்ண வச்சிருக்கும்ல்ல.”

அதிபன் சொல்லிவிட்டு சிரிக்க, செழியன் என்ன சொல்வதென்று தெரியாமல் பார்வையைத் தவிர்த்தான்.

“நாம ரெண்டு பேரும் எவ்ளோ வருசமா சேர்ந்து இருக்கோம். ஒங்க அம்மா அப்பாவவிட நான்தான் உங்கூட அதிகமா இருக்கேன்ல்ல...”

“ஆமாண்ணே.”

“ஆனா, என்னிக்காவது நாம “சாப்ட்டியா”னு கேட்ருக்கமா? அதான் சாப்ட்ருப்பம்ல, இல்ல பசிச்சா சாப்புடுவம்ல அப்டீன்ற சிம்ப்பிள் மேட்டர்னு...”

”கரெக்ட்டுணே...”

“ஆனா ஒனக்கு ஊர்ல இருந்து எப்ப போன் வந்தாலும் நீ ஹலோ சொல்லிட்டு அடுத்து சொல்ற பதில், ம்ம் சாப்ட்டேன், கரெக்ட்டா ஏன் கேட்கணும் அவங்க? ஆனா கேப்பாங்க. சாகுற வரை கேப்பாங்க... சாப்ட்டியான்னு கேட்குறது வெறும் சாப்ட்டியான்னு மட்டும் இல்ல.”

தலை ஆட்டினான்.

“அதுமாதிரிதான், நமக்கு என்ன வேணும்னு நாமளா பண்ணிக்கிறது வேற. ஒருத்தங்க பாத்து பண்றது வேற... பாத்துப் பாத்துப் பண்ணா வரம்.”

ஆர்டர் செய்தவை வந்தன. வைத்துப்போகும் வரை காத்திருந்த அதிபன்,

“ஒனக்கு ஒடம்பு சரில்லன்னதும், நீ பண்ணவேண்டிய வேலைய பண்ணி, உன்னயையும் ஹாஸ்பிட்டலுக்குக்கூட்டிட்டுப் போய் டெஸ்ட் எடுத்து... அந்தப் பொண்ணு மதி, ரொம்ப நல்ல பொண்ணுடா, அன்னிக்கு என்ன ட்ராப் பண்றதுக்குள்ள அத்தன போன், ஏதோ முக்கியமான மீட்டிங்னு கால்ஸ் வந்துட்டே இருந்துச்சு... நான்கூட சொன்னேன், ஆட்டோல போய்க்கிறேன் நீ ஆபீஸ் போம்மான்னு.”

கைகளை மேல்நோக்கி நீட்டி உடலை வளைத்து முறுக்கிய அதிபன், மிகச் சன்னமான குரலில் சொன்னான்.

"இந்த ரெண்டு நாள்ல ஆறு தடவ கேட்டுட்டா தென்றல், சாப்ட்டியா அதினு."

சொல்லும்போது அதிபனின் கண்களில் இருந்து ஒரு துளி சட்டென உருண்டு இறங்கியது.

அத்தியாயம் 21

குரூரம் என்பது

கத்தியின் முனையில் இருப்பதல்ல

கைப்பிடியில் இருப்பது.

அனாமிகாவைப் பார்த்ததும் ஓர் உற்சாகம் தொற்றியது செழியனுக்கு.

"ஹே, வந்தாச்சா? ஒரு நாள்னு சொல்லிட்டு ரொம்ப நாளா ஆளக் காணோம்..."

"கமான் பாஸ், வீக் எண்ட்."

"மை பேட்... ஆனா, நெஜமாவே ரொம்ப நாள் ஆன ஃபீல்."

சொல்லிக்கொண்டே கேபினுக்குள் நுழைந்து அமர்ந்து, கடையைத் திறக்கும் வரை காத்திருந்துவிட்டு உள்ளே வந்தாள் அனாமிகா.

"பாஸ், இஸ் எவ்ரிதிங் ஆல்ரைட்?"

பதில் சொல்லாமல் அவளைப் பார்த்தான்.

"ஐ மீன், யூ மதி..."

"மண்டே காலங்காத்தால காதல் காசிப் கேட்குது, ம்ம்...."

சிரித்தான்.

"நோ நோ, வெரி மச் அஃபீஷியல் அஸ் வெல்."

கண்ணாலேயே அவளை அமரச்சொன்னான். நாற்காலியைச் சுழற்றித் திருப்பி அவள் பக்கமாய் அமர்ந்தான்.

"ஷூட் மீ, கமான்..."

அனாமிகா சிரித்து, "நத்திங் பிக். ஆனா, சின்னச் சின்ன விஷயங்கள் மிஸ் ஆகுதேன்னு... முன்னல்லாம் கம்ப்ளீட் ட்ராக்கிங் இருக்கும் மதிகிட்ட இருந்து, உங்க ஒர்க், பெண்டிங், என்ன ஏதுன்னு... இப்ப சுத்தமா எதுவுமே கேட்குறது இல்ல."

"ஓஹ், இதெல்லாம் வேற பண்ணுவாளா?"

"வாட் பாஸ், மதி லவ்ஸ் யூ லைக் க்ரேஸி... என்ன கலர் ஷர்ட்னு கேப்பா திடீர்னு, பாத்தா அதுக்கு மேச்சிங்கா வருவா. அண்ட் லீவ் பர்சனல், அஃபீஷியலி நிறைய மெயில்ஸ் எக்ஸ்சேஞ்சிங் வித் ஹெட் ஆபீஸ். லாட் ஆஃப் ஆக்டிவிட்டீஸ், பட் யூ ஆர் நாட் தேர் இன் த லூப்."

"கிளிக்கி றெக்க முளைச்சுடுத்து அப்டீன்னு சிவாஜி சொல்வாரே அந்த மாதிரி சொல்றயா அனி?"

"வ்வாட்?"

செழியன் சிரித்தான்.

"ரிலாக்ஸ்... அஃபீஷியலி, நீ நினைக்கிற மாதிரி எதுவும் இல்ல. ஐ'ம் வெரிமச் இன்வால்வ்ட். நான்தான் சில ப்ராஜெக்ட்ஸ் ரோல்ஸ்லாம் ப்ரப்போஸ் பண்ணேன் மேல அண்ட் மை சாய்ஸ் வாஸ் மதி. பட், நான் நினைச்சதவிட ஃபாஸ்ட்டா திங்ஸ் ஆர் மூவிங், ஏன்னா மிஸஸ் மல்ஹோத்ராவோட *blue eyed* ஆகிட்டா. நல்லதுதான் அவளுக்கு. அண்ட்..."

"அண்ட்?"

"பெர்சனலி, யெஸ், ரப்பிங் ஆன் ராங் சைட் மாதிரி போய்ட்டு இருக்கு. அவ பண்றது எனக்குக் கடுப்பாகுது, நான் பண்றது அவளுக்குப் பிடிக்கல. ரெண்டு பேருக்குமே நியாயமான காரணங்கள். ஆனா, யோசிச்சுப் பாத்தா, அவளோட வேலை எல்லாம் விட்டுட்டு என்ன ஹாஸ்பிடல் கூட்டுப் போனா... பட், அப்பிடி ஒரு வேலை இருக்குன்னுகூட எங்கிட்ட சொல்றது இல்ல. சின்னப்பொண்ணு மாதிரி, *She is neither personal nor professional these days.*"

செழியன் குரல் கொஞ்சம் கீழ் இறங்கியது.

“ச்சான்ஸே இல்ல பாஸ்... நீங்கதான் அவளோட ப்ரையாரிட்டி, நான் பாத்த வரைக்கும்.”

“ஐ, நோ... அண்ட் ப்ரையாரிட்டீஸ் மாறிட்டே இருக்கும்ல, தட்ஸ் லைஃப் மை டியர்... அப்புறம் அவளுக்கு இத ஹேண்டில் பண்ணத் தெரியல. டைம் ஆனா சரி ஆகிடும். இது திடீர்னு ஒரு பதற்றம், மிதப்பு, சந்தோஷம் எல்லாம் கலந்த ஃபீல். சரி ஆகிடுவா.”

“நீங்க ரெண்டு பேரும்...” என சைகையால் நல்ல எனும் விதத்தில் விரல்களை வைத்து, கட்டைவிரலை உயர்த்தினாள்.

“அதல்லாம் சரி, நீ ஏன் டல்லா இருக்க? அன்னிக்கே லீவ் கேட்கும்போது மூட் ஆஃப்லதான் இருந்த.”

“ஐ’ம் பெர்ஃபெக்ட் பாஸ்” என எழுந்தாள்.

“நோப், சொல்லு...”

அனாமிகா சிரித்து, “நத்திங் பாஸ். ஒரு நாள் நான் இல்ல, இங்க ஏகப்பட்ட பெண்டிங்ஸ், வீட்லயும் நான் இல்லாட்டி... ஆனா இது எல்லாம் இருக்குறதுதான, லீவ் தட்.”

செழியன் சிரித்துக்கொண்டே “நீ அவ்ளோ இம்ப்பார்ட்டன்ட். அதுனால நீ இல்லாம எதுவும் ஓடமாட்டேங்குது.”

சிரித்தாள்.

“ஒரு கொஸ்டின் கேட்குறேன், திங்க் அண்ட் டெல் மீ...”

“செழி பேக் டு ஃபார்ம்... யெஸ் பாஸ்” என ஆர்வமாக மீண்டும் அமர்ந்தாள்.

இயல்பாய் இருத்தலுக்கு ஒரு மதிப்பு இருக்கிறது. செழியனின் இயல்பான உற்சாகத்தை ரசித்துக்கொண்டே கேள்வியைக் கவனித்தாள்.

“ஒரு பெரிய கம்பெனி. ரெண்டு டிவிஷன்ஸ். அத லீட் பண்ற ரெண்டு பேருமே எல்லாவிதத்துலயும் ஈக்வல். அல்மோஸ்ட் சேம்.

அதுல ஒரு ஆள்தான் அடுத்த சிஇஓ ஆகணும். எப்பிடி செலக்ட் பண்றதுனு எம்.டி-க்கு செம குழப்பம்.''

''டன்.''

''இப்போ, எம்.டி ரெண்டு பேரையும் வரச்சொல்லி, ஒரு மாசம் பெய்ட் ஹாலிடே... குடும்பத்தோட ஃபாரின் அனுப்புறாரு. நோ காண்ட்டாக்ட் வித் டீம்னு கண்டிஷன். போய் என்ஜாய் பண்ணிட்டு வாங்க, வந்து க்ராஸ் ஃபங்ஷன், அதாவது டிவிஷன்ஸ் மாத்திக்கோங்க... ஒன் மன்த் அத எப்பிடி பண்றீங்கனு பாப்போம், அதுக்கு முன்னாடி இந்த ஹாலிடே.''

''செம. ஆனா, ஒன் மன்த் ஒர்க்ல என்ன பாஸ் கண்டுபிடிக்க முடியும்? நம்பர்ஸ்லாம் சேம் ஆ தான இருக்கும் அல்மோஸ்ட்.''

''லிசன், ஒன் மன்த் கழிச்சு வந்தாங்க... ஹாலிடேல ஹாயா என்ஜாய் பண்ணவரு டிவிஷன்ல அவர தேடக்கூட இல்ல. இத்தன வருஷம் சம்பளம் சும்மா வாங்கிட்டு இருந்துருக்காருன்ற விஷயம் அல்மோஸ்ட் கம்பெனி முழுக்க பரவிருச்சு.''

''God!''

''அந்த இன்னொருத்தர், அவர் மொபைல்க்கு அவ்ளோ கால்ஸ்... பாதிக்கு மேல அவர் இல்லாம மூவ் ஆகல. இப்ப நீ சொன்னியே நீ இல்லாம வீட்ல அந்த மாதிரி. அவர் இல்லாட்டி அவ்ளோதான் அந்த டிவிஷன் அப்டீங்குற ரேஞ்சுல எல்லாமே பாதில நிக்குது.''

கட்டைவிரலை உயர்த்தினாள், ''நெக்ஸ்ட் ஹெட் அவர்தான்.''

செழியன் சிரித்தான். ''அதான் இல்ல. ஒருத்தர் இல்லாட்டியும் அந்த இடம் அதே மாதிரி ரன் ஆகணும். அதுக்கு *System and Process need to be set.* நாம இல்லாட்டியும் நடக்குமேன்ற பயத்துல எல்லாத்தையும் தன் கண்ட்ரோல்ல வச்சு சிஸ்டம் மனுஷங்க ஓரியண்ட்டடா இருக்கக் கூடாது. *You need to ensure the system in place, if you wanna be a boss,* நீ இன்னொரு நாற்காலிக்குப் போகணும்னா, உன் நாற்காலிக்கு ஒருத்தன தயார் பண்ணணும்.

அந்த முதல் ஆள்தான் அடுத்த ஹெட். *Running a show is not that easy* மிஸ் அனாமிகா.”

தலையாட்டினாள். நெற்றியில் அடித்துக்கொண்டு சிரித்தாள். *“got it... got it.”*

“எங்க யாரையும் காணோம்” என வெளியே பார்த்து கடிகாரத்தைப் பார்த்தான்.

“எல்லாரும் இருக்காங்களே பாஸ்” சிரித்தாள்.

செழியன் சிரித்து “ஓஹோ...”

“மதி எங்கனு கேளுங்க, நீங்கதான சொல்வீங்க... என்ன கேட்கணுமோ டைரக்ட்டா கேட்கணும்னு.”

“விடுய்யா, நானே பாத்துக்குறேன்.”

சிரித்தான்.

“நீங்க பாஸ், அதெல்லாம் பண்ணாதீங்க, நானே சொல்றேன்.”

”யூ ஆர் ஸோ கைண்ட்.”

அப்படியும் வாட்ஸப்பில் அவளுக்கு செய்தி அனுப்ப எடுத்தான். கடைசியாகப் பார்த்தது அதிகாலை 4 மணியாக இருந்தது. சரி தூங்கட்டும் என நினைத்தான். நான்கு மணி வரை என்ன செய்கிறாள் எனும் யோசனையோடு வேலையில் மூழ்கினான்.

மதியப்பொழுது மற்ற இடங்களைவிட மைதானத்தில் தனித்துத் தெரியும். வெயில் நிதானமாக நின்று காயும். நம்மிடம் பேசத் தயாராக இருப்பதைப் போல் இருக்கும். அதிபன் மர நிழலில் நின்று சிகரெட் புகையைக் குனிந்து, உடலில் இருந்து சட்டையை விலக்கி அதற்குள் ஊதினான். சொன்ன நேரத்தைவிட வெகு முன்னதாக வந்திருப்பாள் என நினைத்தான். நெட்ஸில்

சொற்பமான ஆட்கள்தான் இருந்தார்கள். ஒரு சிறுவன் அற்புதமான ஷாட்கள் ஆடிக்கொண்டிருக்க, அதிபன் அவன் ஆட்டத்தைப் பார்த்துக்கொண்டிருந்தான்.

“டேய் அவி, அவன் கால்ல ஏத்து, லெக் சைடு எப்பிடி ரியாக்ட் பண்றான்னு பாப்போம்.”

அவி என்று அழைக்கப்பட்டவன், அதிபனிடம் எப்படியும் வெரிகுட் வாங்கிவிட வேண்டும் எனும் முனைப்பில், இன்னும் வேகமாக ஓடி கிட்டத்தட்ட யார்க்கர் போல் இறக்க, மிக லேசான தடுமாற்றத்தோடு ஃப்ளிக் செய்தான்.

“ஓ லவ்லி மை டியர்” என்று கைதட்டினான் அதி. பேட்டிங் சிறுவன் முகமெல்லாம் மலர அடுத்த பந்திற்குத் தயாரானான்.

அவிக்கு சப்பென்று ஆனது.

ஒரு கார் அரை வட்டம் அடித்து எந்தப் பக்கம் போவது எனத் தடுமாறி அதிபன் இருக்கும் திசை நோக்கி ஊர்ந்து வந்தது.

அதிபன் எதிர்பார்க்கவில்லை, தென்றலின் தம்பியும் உடன் வருவான் என.

தென்றல் இறங்கும்போதே அதிபனைப் பார்த்து கை ஆட்டினாள். அவளோடு அவள் மகனும் இறங்கி வந்தான். ஆடும் உடல்வாகோடு இருந்தான். அதிபனுக்குப் பார்த்தவுடன் பிடித்தது அந்தச் சிறுவனை.

வண்டியை ஓரத்தில் சரியாக நிறுத்திவிட்டு, உருண்டு வந்தான் தென்றலின் தம்பி.

அதிபனைக் கொல்வதே வாழ்நாள் லட்சியம் என்று சுற்றிக்கொண்டிருந்தவன், உடல் எடை கூடி பெரிய மனிதன் போல் வந்தான்.

“ஹாய்!”

அதிபனுக்கு சமயத்தில் இங்கிதம் நாகரிகம் போன்றவை மறந்துவிடும் அல்லவா, அப்படியான நொடிக்குள் போனான்.

“என்னாடா ஆள் பத்துக்குப் பன்னண்டு பீரோ மாதிரி இருக்க, ஹாய் வேற!”

அதிபன் சிரிக்க, தென்றலுக்கும் சிரிப்பு வந்தது. அதைக் கவனமாக அடக்கி,

“ஸாரி கொஞ்சம் லேட் ஆகிருச்சு.”

“ஆமா இழுத்துட்டு வரணும்ல, கார்னாலும்” என மீண்டும் அவள் தம்பியைப் பார்க்க,

“அண்ணே, இந்த ஓட்டு ஓட்றீங்க, நல்லா இருக்கீங்களா?” எனக் கேட்டு தென்றலை முறைத்தான்.

அதிபன், தென்றலின் மகனை நோக்கி கையை நீட்டி,

“ஹாய்!” எனச் சொல்லும்போதே, “அதிபன், தி க்ரேட் ஹிட்டர் அதிபன்ன்ன் அங்கிள்ள்ள்” எனச் சிறுவன் அழுத்தினான். சிரித்தான்.

பின்னால் நெட்ஸ் ஓடிக்கொண்டிருக்க, தென்றலும் தம்பியும் பார்த்துக்கொண்டிருந்தார்கள்.

“நீங்க கார்ல வெயிட் பண்ணுங்க, இல்ல இந்த சேர்ல” எனக் கையைக்காட்டி அவர்களைப் போகச்சொல்லிவிட்டு அவியை அழைத்தான்.

“சொல்லுங்க அகிலன், நீங்க பேட்ஸ்மனா பவுலரா?”

“கிரிக்கெட்டர்.”

“பார்றா, ஆல் ரவுண்டரா அப்போ...”

அவியிடம் பேட் - அப் பண்ண உதவும்படி சொல்ல,

அகிலன் தயாராய் எடுத்துவந்திருந்த கிட் பேகில் இருந்து உடமைகளைஎடுத்து, சின்னஞ்சிறியசிப்பாய்போல்கிளம்பினான்.

அவியிடம் மெதுவாகவே போடு என்பதுபோல் அதிபன் சைகை செய்தான்.

இரண்டு ஓவர்கள் அவி போட்டான்.

அதிபன் பந்தை வாங்கி நான்கைந்து பந்துகள் போட்டான்.

தென்றல் ஆர்வமாய் எழுந்து அதிபனுக்கு கொஞ்சம் அருகில் வந்து நின்று பார்த்தாள்.

அதிபன், அகிலனை 'போதும் வா' என்பதுபோல் சைகையில் அழைத்துவிட்டு, ஏற்கெனவே ஆடிக்கொண்டிருந்த சிறுவனை மீண்டும் ஆடச் சொன்னான்.

அந்த சிறுவன் பேட் எல்லாம் கழற்றி இருந்தவன், குழப்பமாக அதிபனைப் பார்த்துக்கொண்டே மீண்டும் பரபரப்பாக தயாராகி ஓடினான்.

தென்றல் முகமெல்லாம் சிரிப்புடன் அகிலனிடம் பேட்டை வாங்கிக்கொண்டு குனிந்து முத்தம் வைத்தாள்.

"எப்டிடா அதி, உன்ன மாதிரி வருவானா?"

அதிபன் திரும்பிப் பார்த்தான். தலையாட்டினான். சிரித்தான். அகிலன் தலையைக் கோதி, "போய் பவுல் பண்ணுங்க சார்" என அனுப்பி வைத்தான்.

"தென்றல், டோண்ட் வேஸ்ட் டைம் ஆன் திஸ்."

தென்றலுக்கு ஒரு கணம் எல்லாமும் நின்றதுபோல் ஆனது. அவள் கனவு, லட்சியம் எல்லாவற்றையும் அதிபனின் ஒற்றைச் சொல் தகர்த்தது.

"அதி, ப்ளீஸ்..."

"அங்க பாரு... அகிலன விட சின்னப் பையன், எப்பிடி ஆடுறான் பாரு, நேச்சுரலா வரணும் இதெல்லாம்."

அதிபன் தென்றலைத் தீர்க்கமாகப் பார்த்து,

"உம் பையன் நல்லா ஆடுறான். ஆனா செலக்‌ஷன்லாம் பண்ற லெவல்ல இல்ல... உன்னோட ஏதோ ஒரு மிச்சத்த அவன் மேல போட்டுத் திணிக்காத."

தென்றலுக்கு கண்கள் கலங்க, விறுவிறுவென காருக்குப் போனாள்.

தென்றலின் ஓட்டம் பார்த்து அவளின் தம்பி அவளை நோக்கிப் போனான். அவள் அமர்ந்து அழுவதைப் பார்த்து, நேராக அதிபனிடம் வந்தவன்,

“த்தா... நல்லா மனசுலயே வன்மம் வச்சு கழுத்தறுத்துட்டல்ல, நல்லாரு” எனச் சொல்லிவிட்டு, காட்டுக் கத்தலாக கத்தினான், “டேய் அகிலா, வா போவோம்.”

“அதி சொன்னா போதும், விளையாடிக் காட்டக்கூட வேணாமாம்னு சொல்லிட்டே வந்துச்சு அந்தப் புள்ள, மகன்கிட்ட.”

அதிபன் பதில் சொல்லாமல் கைகளை மார்பிற்குக் குறுக்காகக் கட்டி நின்று பார்த்துக்கொண்டிருந்தான்.

அத்தனை சினத்தையும் காரில் காட்ட, அது மைதானப் புழுதியைக் கிளப்பிவிட்டு உறுமலோடு கிளம்பியது.

அந்தச் சிறுவன் அடித்த ஸ்ட்ரைட் ட்ரைவில் பந்து நேராக அதிபன் காலடிக்கு வர, குனியாமல் காலால் பந்தை மேல் எழுப்பி, அவியை நோக்கி எறிந்தான். அந்தச் சிறுவனைப் பார்த்து கட்டைவிரலை உயர்த்தினான் அதிபன்.

அத்தியாயம் 22

நீ கோரிய

நானற்ற இந்நாட்களில்

நலம்தானே அன்பே!

சாந்தோம் சாலையில் இருந்த அந்த அப்பார்ட்மெண்ட்டை அடைந்த செழியன், கதவிலக்கத்தை மீண்டும் ஒருமுறை சரிபார்த்துவிட்டு, மூன்றாவது மாடியை அடைந்து, கதவைத் தட்டலாமா, காலிங் பெல் அடிக்கலாமா எனத் தயக்கமாய்ப் பார்த்துக்கொண்டிருக்கும் போதே கதவு திறக்கப்பட்டது.

செழியனைக் கண்டதும் மிகச்சிறிய அதிர்ச்சியையும், அதைவிட அதிக மகிழ்ச்சியையும் முகத்தில் தாங்கிய தென்றல், உள்ளே வரச்சொன்னாள். செழியனுக்குப் பின்னால் பார்க்க,

“நான் மட்டும்தான்க்கா வந்தேன்” எனச் சொல்லிக்கொண்டே அமர, பேச்சுக் குரல் கேட்டு உள்ளே இருந்த வந்த பெண், குழப்பமாகப் பார்க்க,

“நம்மூர்தான், ஜூனியர்” எனச் சொல்லிவிட்டு, “அழகரோட ஒய்ஃப்” என தம்பி மனைவியை அறிமுகம் செய்துவைத்தாள்.

அவர் முகமன் கூறி, காஃபி எடுத்துவருவதாக உள்ளே சென்றதும்,

“எப்பிடி? சர்ப்ரைஸ்ட்... அட்ரஸ் எப்பிடி கண்டுபிடிச்ச செழியன்?”

“அட, நேத்து நைட்டு ரொம்ப நேரம் ஒண்ணும் பேசல அவரு. நான்தான் நோண்டி நோண்டிக் கேட்டு, சொன்னாரு. அட்ரஸா... நீங்க டிக்கெட் அனுப்பினீங்களே, அதுல இந்த அட்ரஸ்

கொடுத்துருந்தீங்க ஈ பாஸ்க்கு. உங்க நம்பர் நேத்துல இருந்து ஸ்விட்ச் ஆஃப் போலயே..?"

"ஓடச்சுட்டேன். தம்பி சரி பண்ணத்தான் போயிருக்கான். சரி, அவ்ளோதான், விடு. அதிய ஃப்ரீயா இருக்கச் சொல்லு, நாங்க கிளம்புறோம் நாளைக்கு... டாட்டா பை பை சென்னை, அதி, செழி எல்லாத்துக்கும்."

தென்றல் சிறுமி போல் அமர்ந்தவாக்கில் இடுப்பையும் உடலையும் ஆட்டி ரைம்ஸ் சொல்வது போல் சொல்ல... அவள் அழைத்துவர நினைத்த உற்சாகம் வரவில்லை அங்கு.

"அக்கா, ஒரு நிமிஷம்..."

தென்றல், செழியனைக் கையமர்த்தி உள்ளே எட்டிப்பார்த்துவிட்டு, "வா மொட்டமாடிக்குப் போலாம். மெரினா மொத்தமும் தெரியும்."

மொட்டை மாடியில் காலை பதினொரு மணிக்கும் அப்படி காற்று அடித்தது. சற்றுத் தொலைவில் கடல். பக்கவாட்டில் சாந்தோம் சர்ச்சின் உச்சிமுனை தெரிந்தது. கண் முழுக்க கடல் வியாபித்தது.

சற்று நேரம் கண்களை மூடி கடலைப் பார்த்தான், அந்த மொட்டைமாடியில் நின்றுகொண்டு.

"செம வியூல்ல" தென்றல் கேட்டுக்கொண்டே அங்கிருக்கும் ஒரு திட்டில் ஏறிப் பார்த்தாள்.

"அக்கா, உங்களுக்கு அதியண்ணனப் பத்தி நல்லாத் தெரியும்ல..."

"ஆமா, இன்னும் அதே அதியாத்தான் இருக்கான். நான்தான் ரொம்ப மாறிட்டேன்ல்ல?"

செழியன் அமைதியாக இருந்தான்.

"அட, நான் ரொம்ப ஹோப் கொடுத்துட்டேன் அகிலுக்கு... கண்டிப்பா செலக்ட் பண்ணிருவாங்க, அதி அங்கிள்தான்

எல்லாமே. அதுனால நீ நெர்வஸ் ஆகாம ஜாலியா இருன்னு... செலக்ஷன்லாம் ஒரு விஷயமே இல்ல, அதி எனக்காக என்ன வேணா பண்ணுவான்னு நெனச்சேன்ல, அது தப்புதான... அகில எப்பிடி ஃபேஸ் பண்றதுனு தெரியாமதான் அழுதுட்டேன். இப்போ நான் ஓகே.''

அப்போதும் அவள் கண்ணில் இருந்து எந்நொடியிலும் எட்டிப்பார்க்கத் தயாராய் முட்டி நின்றது நீர்முத்து.

''நான் பேசலாமா?''

“தாராளமா...''

“அக்கா... நேத்து என்ன சொன்னாரு தெரியுமா, எங்கயோ சரி இல்லாத எடத்துல சேத்துவிட்டு டைம் வேஸ்ட் பண்ணிருக்கான் அழகரு, அப்பிடி இப்பிடினு டெக்னிகலா நிறைய சொன்னாரு. என்ன பண்ணணும்னு யோசிக்கணும்னு சொன்னாரு.''

தென்றல் பெருமூச்சு விட்டாள். “இட்ஸ் ஓவர். நான் செல்ஃபிஷா எல்லாம் இல்ல செழி. அகில் கிரிக்கெட் ஜஸ்ட் ஒரு ரீசன்தான். அதியப் பாக்கணும்னு நினைச்சேன், பாத்துட்டேன். இப்போ இந்த அகில் கிரிக்கெட்க்காக அவன் காம்ப்ரமைஸ் பண்ணிட்டு... தெர்ல, சம் ஹவ் எனக்கே ஒருமாதிரி... எக்ஸாட்லி ஐ'ம் ஃபீலிங் லோ ஆன் திஸ், அவ்ளோதான்.''

“அக்கா, நீங்க அவர்ட்ட பேசுனா எல்லாம் சரி ஆகிடும்.''

“பேசாம எங்க போகப்போறோம்? ஐ நீட் சம் டைம்.''

“அப் டு யூக்கா, ஆனா ஒண்ணு, இத்தன வருசத்துல அவர இவ்ளோ சந்தோஷமா நான் பாத்ததே இல்ல. எப்பவும் ஜாலியா பாட்டு ஹம் பண்ணிட்டு, தம்மப் போட்டு, கிரிக்கெட், ஊர்னு பேசிட்டு இருக்குறது எல்லாம் ஓகே... ஆனா, அதெல்லாம் சும்மான்னு இப்ப இந்த ரெண்டு நாளா உங்களோட இருக்காரே... அவரோட இந்த முகத்தப் பார்த்தாதான் தெரியுது.''

தென்றல் கையை நீட்டிக் கடலைக் காட்டினாள்.

“மூணு கலரா இருக்குல்ல செழி...”

அவள் காட்டியதும் கூர்ந்து பார்த்தான். கடலின் முன்புறம் சற்று வெளிர்ந்து, அடுத்து கொஞ்சம் கலங்கலாக, உள்ளே போகப்போக கரும்பச்சையில் அடர் பாறைபோல் தெரிந்தது.

”மொத்தமா கடல்னு சொல்லிர்றம்ல, ஒவ்வொரு எடத்துல, ஒவ்வொரு ஊர்ல ஒவ்வொரு விதமா இருக்கும். ஆனா அல்டிமேட்லி, கடல்தான்ல்ல... அப்பிடித்தான் நானும் சிலதுல்லாம்... அப்பிடித்தான் நானும் அதியும்.”

“கோவிச்சுக்காட்டி ஒண்ணு கேக்கவா அக்கா..?”

“ம்ம்...”

“இதனால் தாங்கள் கூற வரும் கருத்து?”

சிரித்தான். தென்றலுக்கும் சிரிப்பு வந்தது.

“போன் சர்வீஸ் பண்ணி வந்ததும் கால் பண்றேன்னு சொல்லு. ஆனா, இனி கிரிக்கெட் பத்திப் பேச வேணாம்னு சொன்னேன்னும் சொல்லு.”

“அதெல்லாம் நீங்க பேசிக்கோங்க. ஆனா கால் பண்ணுங்க.”

சொல்லிக்கொண்டிருக்கும்போது, செழியன் மொபைல் அடித்தது. அனாமிகா!

“பாஸ், ஆபீஸ் வருவீங்களா, இல்ல ஒர்க்கிங் ஃப்ரம் ஹோமா இன்னிக்கு?”

‘மேட்டர சொல்லு.”

“மதி ஆபீஸ்ல...”

“டென் மினிட்ஸ்.”

பரபரபத்தான். இன்றோடு இரண்டு நாட்கள் ஆகிவிட்டன. மெசேஜோ, போனோ ஏதும் இல்லை. டைம் அவுட் எனும் எல்லைக்குள் இருந்தான். பேசியே தீரவேண்டும். பேசாமல் தீராது.

தடதடவென லிஃப்ட்டிற்குக் காத்திராமல் கீழிறங்கி வெளியேறி, எவ்வளவு முடியுமோ அவ்வளவு விரைவாக அலுவலகம் அடைந்தான்.

பரபரப்பை எல்லாம் காரிலேயே விட்டு, வழக்கமான நிதான வேக நடையோடு நுழைந்தான்.

அனாமிகா மும்முரமாய் வேலை பார்ப்பதுபோல் நடந்துகொண்டாள்.

செழியன் தன் அன்றாடத்தைத் துவக்கி, எழுந்து மதியின் அறையை நோக்கிப் போனான்.

மதி, முகத்தைத் தீவிரமாக வைத்துக்கொண்டு லேப்டாப்பில் இருந்தாள்.

எதிரே அமர்ந்தான்.

அவனைப் பார்க்காமலே சொன்னாள்,

“செழி, ஹெட் இஸ் அல்ரெடி ஸ்பின்னிங்... நோ ஆர்க்யூமெண்ட்ஸ், நிறைய வேல இருக்கு.”

“கூல், இங்க பாரு ஜஸ்ட் டூ மினிட்ஸ்.”

“ஸப்ப்பா” நிமிர்ந்தாள்.

”ரிலாக்ஸ் மதி, அன்னிக்கு என்னால ஹாஸ்பிடல்ல ஒக்கார...”

“ஸ்டாப் இட் செழி, ஐ டோல்ட் யூ ஐ’ம் நாட் ஃபார் திஸ், இப்போ டைம் இல்ல.”

கைகளை விரித்தான். “ஃபைன், கூல்.”

எழுந்தவன் நேராக சிட்டிபாபு இருக்கும் அந்தச் சிறிய அறைவாசலில் போய் நின்றான். அவனைப் பார்த்ததும் பதறிய சிட்டிபாபு, “சார்...”

“செம்ம ஸ்ட்ராங்கா காஃபி வேணும்... அப்பிடியே ஒரு... அனாமிகா மேடம்க்கு தெரியும் தலவலி மாத்தர...”

“சார்...”

செழியன் தன் இருக்கையில் அமர்ந்து முக்கியமான மடல்களைத் திறந்தான்.

கொஞ்ச நேரத்தில் மதி வந்து அவனுக்கு எதிரே அமர்ந்தாள்.

அவள் செய்தது போலவே, அவளை ஏறிட்டுப் பார்க்காமல் வேலை பார்த்துக்கொண்டிருந்தான்.

லேப்டாப்பை அவனிடமிருந்து விலக்கி தனியே வைத்து,

“நீ வேணா அனாமிகாட்ட கேட்க சொல்லுவ. ஆனா சிட்டிக்கு நான்தான் உன் தலவலின்னு தெரியும்.”

செழியன் மதியைப் பார்க்க,

“சரி, இப்பவும் நான் கோவமாதான் இருக்கேன். இது கண்ட்டினியூ ஆகும். பட்...”

“ம்ம்...”

“எனக்கு என்ன பண்றதுன்னு தெரில இதுக்கு மேல” என தன் லேப்டாப்பை அவனிடம் காட்டினாள்.

புதிய துவக்கம் ஒன்றைப் பற்றிய பிரசண்ட்டேஷன். பிரமாதமாகத் தயாரித்திருந்தாள்.

“எல்லாம் கரெக்ட்டாதான இருக்கு, எக்ஸ்லண்ட் இன்ஃபேக்ட்.”

“நெஜமாவா? ஆனா, ரித்துக்கு இது பத்தலயாம். எனக்கு ஒண்ணும் புரில.”

சிரித்தான்.

மீண்டும் ஒருமுறை பார்த்தான்.

“நீ இதுல பிரசண்ட் பண்ணி இருக்குற எல்லாமே அவங்களுக்கு அல்ரெடி தெரியும், கரெக்ட்டா?”

“அஃப்கோர்ஸ் யெஸ்.”

"உங்கிட்ட இருந்து என்ன எதிர்பார்க்குறாங்கன்னு மொதல்ல ஃபிக்ஸ் பண்ணிக்க."

"சிம்ப்பிள், She wants me to drive this."

"அப்போ இதெல்லாம் தேவை இல்ல... என்ன பண்ணப்போற, எப்பிடிப் பண்ணப்போற, எப்பக்குள்ள பண்ணாப்போற, நடக்காட்டி வாட் இஸ் ப்ளான் பி..."

மதி செழியனையே பார்த்தாள்.

"வாட்?"

தலையாட்டினாள்.

"கார் ட்ரைவ் பண்ணுவல்ல நீ" செழியன் கேட்டுவிட்டு ஒரு வெள்ளைத்தாளை எடுத்தான். கிறுக்கினான்.

"நான் ஏற்கெனவே சொல்லிருக்கேன்ல இந்த எக்ஸாம்ப்பிள... நைட் ட்ரைவ்ல ஹெட்லைட் பத்து இருபது அடிதான் வெளிச்சம் காட்டும். ஆனா, இங்கருந்து மதுரை வரைக்கும் போயிறலாம்ல. அந்த பத்தடிய மட்டும் பாத்துப் பாத்து, ரைட்..?"

'அட ஆம்' என்பதுபோல் பார்த்தாள்.

"ஆனா, நீ நிமிர்ந்து லைட் த்ரோ ஆகாத தூரத்தப் பாத்தா இருட்டா இருக்கும், பயமா இருக்கும், காட் இட்?"

"பெர்ஃபெக்ட் பாஸ், காட் இட்."

"அவ்ளோதான். இந்த ஒரு வருஷம், நெக்ஸ்ட் இயர் என்ன பண்ணப்போறோம்னு ஒரு ரோட் மேப் போடு... யாரெல்லாம் வேணும், டீம் சைஸ், எத்தன டீம், முக்கியமா உனக்கு கீழ ரெண்டு லேயர் ஃபார்ம் பண்ணு. எல்லாரும் டைரக்ட்டா உங்கிட்ட வர்ற மாதிரி வச்சுக்காத."

"சரி, நான் சண்டைலதான் இருக்கேன், போறேன்."

எழுந்து நடந்தாள், அவள் குழப்பம் தீர்ந்ததன் வெளிப்பாடு நடையில் தெரிந்தது. அந்த உற்சாக நிமித்தமாய் அனாமிகாவின் தலையில் தட்டிவிட்டுப் போனாள்.

தன் இருக்கையில் அமர்ந்து, செழியனை இண்டர்காமில் அழைத்தாள்.

“மார்க்கெட்டிங் ஹெட் வியூல, ப்ராடக்ட், பிராண்டிங் பத்தி மட்டுமே பாத்துட்டு இருந்தேன் இவ்ளோ நேரம். ஆனா அதுக்கும் மேல, இப்பிடி டீம் பிரிக்கிறது பத்தி யோசிக்கல, தேங்க் யூ.”

“வெல்கம்.”

இருந்த வேலைகளை முடித்துவிட்டு, அதிபனிடம் இருந்து ஏதாவது செய்தி வந்திருக்கிறதா எனப் பார்த்தான்.

ஏதுமில்லை.

தென்றல் எண்ணிற்கு அழைத்தான். நாட் ரீச்சபிள் என்றே வந்தது.

என்ன செய்வதென்று யோசித்தவாறு எதேச்சையாகத் திரும்பினான்.

மதி அவனையே பார்த்துக்கொண்டிருந்தாள். செழியன் பார்த்ததும் சட்டென கீழ்நோக்கி லேப்டாப்பைப் பார்க்கத் துவங்கினாள்.

தென்றல் சொன்ன அந்தக் கடல் வியாக்யானம் செழியனின் நினைவில் வந்தது. கலங்கலைத் தாண்ட வேண்டும். இள ஊதாவை விடவும் அடர் பச்சை நிறத்திற்குள் போய் நிறுத்த வேண்டும் மனதை என்று தோன்றியது.

எதை நோக்கிப் போகிறோம், இன்னும் என்னவெல்லாம் வேண்டும் வாழ்வில், அல்லது எதுவுமே இதுவரை அனுபவிக்கவில்லை எனத் தோன்றியது. மொத்தமாய் ஏதோ இருள் கவிழ்வது போலிருந்தது.

மதியிடம் சொன்னதை நினைத்துக்கொண்டான்.

இப்போதைய பத்தடி வெளிச்சம் என்ன? எதை நோக்கிய தடுமாற்றம்? மதி. முற்றாக மதிதான். அவளின் இந்தப் புதிய அடுத்தகட்டம் நோக்கி அவள் மொத்தமாய் உடல், மனம் என

நகர்கிறாள். அவளால் இப்போது காதலையும் தன்னையும் சமன்செய்யத் தெரியவில்லை. தன்னாலும் இதை அமைதியாகக் கடக்க இயலவில்லை. முதலில் தூரமாய்ப் பார்க்காமல், கண்ணிற்கு எட்டிய வெளிச்சத்தை நோக்கி நகர்வோம். மதியை இருட்டிலிருந்து வெளிச்சத்திற்குள் இழுத்து வருவோம் என நினைத்தான்.

மொபைலை எடுத்து கொஞ்ச நேரம் பேச வேண்டும் என டைப் அடித்து அனுப்பிக்கொண்டிருக்கும்போதே இண்டர்காம் அடித்தது.

வாட்ஸப்பை அனுப்பிக்கொண்டே எடுத்தான்.

“செழி, கொஞ்சம் பேசணும்” என்றாள் மதி.

“ரைட்டு” என்று சிரித்தான்.

தென்றலிடம் இருந்து, ‘அதிபன் நம்பர் நாட் ரீச்சபிள்’ என இரண்டு முறை வாட்ஸப் செய்தி வந்தது.

மடல் ஒன்று வந்திருந்தது, மிஸஸ் மல்ஹோத்ராவிடம் இருந்து.

அத்தியாயம் 23

பிரிவு நிறைவெனில்

நிறைவு நிச்சலனம்.

லேசான தூறல். நனைந்த தார்ச்சாலையில் வாகனங்கள் ஏறிப்போனதால், மஞ்சள் அரைத்துப் பூசியது போல் மினுங்கியது கடற்கரை நோக்கிப் போகும் சாலை.

புறங்கையில் லென்ஸை வைத்து வெயிலை ஓரிடத்தில் குவித்து சூடாக்குவது போல், மனம் மொத்தமும் ஒன்றை நோக்கிக் குவிந்து கொண்டிருந்தது, இருவருக்குமே.

செழியனின் கார் முன்னால் செல்ல, பின்னால் தன் காரில் தொடர்ந்து கொண்டிருந்தாள் மதி.

இடத்தை அடைந்ததும் காரை நிறுத்தி, இறங்கி வந்து அவனுடைய காரில் ஏறிக்கொண்டாள்.

கண்ணாடியை இறக்கி, கதவையும் திறந்து வைத்து கடல் நோக்கி அமர்ந்தார்கள். காற்று சில்லென்று இருளில் மிதந்தது.

“சொல்லு...”

“மதி, நீயும்தான பேசணும்னு சொன்ன, யூ ஸ்டார்ட்.”

“அதுக்கு முன்னாடியே நீ வாட்ஸப் பண்ணிட்ட, சொல்லு...”

செழியன் அமைதியாக எதிரே பார்த்துக்கொண்டிருந்தான். நடைபாதைக் கடைகளில் சில தள்ளுவண்டிகள் தார்ப்பாய் போட்டு இறுக்கமாய்க் கட்டப்பட்டிருந்தன.

கடல் கண்ணிற்குத் தெரியவில்லை. அங்கு கடல் இருப்பது தெரியும் என்பதால் கடலை உணர்ந்து கொண்டிருந்தார்கள்.

செழியன் மிக நிதானமாகப் பேச ஆரம்பித்தான்.

"என் ஃப்ளாட்ல, எல்லாமே செட் ஆகி ரெடியா இருக்கு மதி. நீ வரணும் அவ்ளோதான். நான் எப்பிடி எப்பிடியோ யோசிச்சுப் பாத்தேன். டைவர்ட் பண்ணிப் பாத்தேன். ஆனா, நீ இப்பிடி விலகிப் போறதுனால என்னால நார்மலா இருக்க முடியல. கல்யாணம் பண்ணிக்கலாம் மதி. ரெண்டு வருஷம் தாங்காது. தேவை இல்லாம ஏதோ பண்ணி, நம்ம லைஃப விட்றப் போறோம்னு தோணுது, ரெண்டு மூணு நாளா."

சொல்லிவிட்டு எதுவும் பேசாமல் அமைதியாக இருந்தான்.

செழியனின் அமைதியைப் பார்த்து பெருமூச்சுவிட்ட மதி, பேசத் துவங்கினாள்.

"செழியன், *I don't find this distance comfortable.*"

செழியன் செழியாக இருந்திருந்தால் அவளுக்கு அருகே நகர்ந்து, அந்தத் தொலைவை நீக்கியதாகச் சொல்லிச் சிரித்திருப்பான். அமைதியாக அவள் தொடர்வதற்காகக் காத்திருந்தான்.

"நான் ஜாலியாதான் இருந்தேன்... மார்க்கெட்டிங், மீட்டிங்ஸ், டீம், ட்ராவல், டீலர் விசிட்ஸ்னு செமயா என்ஜாய் பண்ணிட்டு இருந்தேன்."

நெற்றியில் பெரிய குங்குமம் இட்டிருந்த ஒரு பெண், தன் கையில் இருந்த கோலைக்கொண்டு தட்டி, "ஆணு பொண்ணு, கிருஷ்ணன் பாக்குறான் கண்ணு" என விடாமல் ஏதோ ஒன்றைச் சொல்ல, செழியன் கை அமர்த்தி பத்து ரூபாய் நோட்டைக் கொடுக்க, வாங்கிக்கொண்டே,

"ஒரு சம்பவம் நடக்கப்போகுது, குறி சொல்றேன் கேட்டா மீளலாம். கேட்காட்டி நஷ்டம் நமதில்லை ஐயா" என இழுக்க, மதி கதவை மூடினாள்.

அந்தப் பெண் காரின் முன்பக்கமாகப் போய் நின்று இருவரையும் பார்த்து ஏதோ சொல்லிவிட்டுச் சென்றாள்.

மதி தொடர்ந்தாள்.

“ஆனா, அதெல்லாம் என்ன சந்தோஷம்ன்ற மாதிரி, உன் லவ்... யெஸ், நான் டெய்லி அவ்ளோ சந்தோஷமா எந்திரிப்பேன், அதவிட சந்தோஷமா தூங்கப்போவேன். காலைல உன் மெசேஜ்... நைட் உன் எமோஜி, லைஃப் வாஸ்...” கைகளை விரித்து, வார்த்தைகளைத் தேடினாள்.

“ரொம்ப சிம்ப்பிளா இருந்தது. யூ ஆர் ஸோ கிரேட்... யூ ஆர் அப்சலூட்லி ஃபிட்டிங் இன் டு மீ.”

தயங்கினாள்.

“ஆனா, இதெல்லாம் பத்தல செழி எனக்கு. நான் உங்கூட இருக்கும்போதெல்லாம் உங்கூட மட்டும்தான் இருப்பேன். இப்பல்லாம் என் மைண்ட் ஃபுல்லா வாட் நெக்ஸ்ட், இந்த புராஜெக்ட் எப்பிடி சக்ஸஸ் ஆக்குறது, அப்டின்னு... அதவிட இம்ப்பார்ட்டண்ட் ஒண்ணு செழி...”

தயாரானாள், ஏதோ பெரிய குண்டு.

“எனக்கு சென்னை பத்தல. ஐ வாண்ட் டு க்ரோ பிக். ரித்து காலிங் மீ டு டெல்லி, இல்லாட்டி மும்பை. எனக்குத் தெரியும், உனக்கு அங்கல்லாம் பிடிக்காது. அதனால ஒவ்வொரு தடவையும் நீ அவாய்ட் பண்ணிட்ட. எந்த பொஸிஷனா இருந்தாலும் சென்னைல இருந்து மட்டும்தான் பண்ணுவ... ரீசன் என்ன? ஏதாவது க்ராப்... ஐ டோண்ட் நோ... பட் நான் போகணும். மதி வி.பி., மதி சி.ஓ.ஓ.,... அதுக்கு இங்க இருந்து நான் கிளம்பணும். அல்மோஸ்ட் ஐ’ம் டன்.”

செழியன் சிரித்தான்.

“செழி, சிரிக்காத, மிஸஸ் ரித்துவோட மெயில் பாத்தியா? நெக்ஸ்ட் வீக் ஆல் இண்டியா மீட்டிங். என் லைஃப்ல ரொம்ப முக்கியமான மீட்டிங்கா அது இருக்கும்னு சொன்னாங்க. ரொம்ப எக்ஸைட்டடா இருக்கு... இப்போ என்னோட ஒரே பிரச்னை, நீயும் நம்ம லவ்வும்தான். மெண்ட்டலி என்னால ஃப்ரீயாவே

இருக்க முடியல. நான் அங்க போனா உனக்கு ஓகே இல்லைம்ப... அப்பிடியே நான் போனாலும் டே டு டே லைஃப்ல, ஐ மீன், இட்ஸ் நாட் கோயிங் டு பி நார்மல்.''

செழியன் மதியின் கண்களைப் பார்த்து சொன்னான்.

''கெரியர் ஆரம்பிச்ச புதுசுல எனக்கு வரவேண்டிய கிரேடு ஹைக் வரலனு யார்ட்டயும் சொல்லாம வேலைய விட்டு, ஒரு டீலர் பாய்ண்ட்ல போய் ஜஸ்ட் ஜாயின் பண்ணிட்டேன். அவ்ளோ கோவம். ரெண்டாவது நாள், என்னப் பாக்க விசிட்டர் வந்துருக்காங்கனு சொன்னதும் அசால்ட்டாப் போனா, உதயன் சார்.''

மதியின் முகமும் ஆச்சர்யத்திற்குப் போனது. மாபெரும் ஆள். மிக மிக முக்கியமான இயக்குநர்களில் முதன்மையான ஆள்.

''சென்னை வந்தேன், 'அவ்ளோ கோவமா தம்பி?' அப்டின்னு தோள்ல கை போட்டு, அங்க இருந்த அந்த டீலர்கிட்ட, 'கோவத்துல வந்துட்டான், ஹி இஸ் மை பாய், நீங்க தப்பா எடுத்துக்காதீங்க, கூட்டிட்டுப் போறேன்'னு, லிட்ரலா என்னக் கூட்டிட்டுப் போய்ட்டாரு நம்ம ஆபீஸ்க்கு. பத்து நிமிஷம் ஏதோ பேசினாரு, எனக்கு எதுவுமே காதுல விழல. ஆனா, அன்னிக்கு ஒண்ணு அவர் கண்ல இருந்து என் வயித்துக்கு ஒரு நெருப்பு டிரான்ஸ்ஃபர் ஆச்சுல்ல... இன்னிக்கு வரைக்கும் அதுதான்... அதுனாலதான் இந்தக் குறுகிய கால இந்த லெவல்.''

''ஐ நோ செழி...''

கை அமர்த்தினான். ''ஆனா, எனக்கு இப்போ இதெல்லாம் தாண்டி, நீ சொன்ன அந்த 'வாட் நெக்ஸ்ட்'தான் மைண்ட்ல இருக்கு. அந்த நெக்ஸ்ட், நீ மதி. நாம. யெஸ் நாமதான் அந்த நெக்ஸ்ட்னு என்னால உறுதியா சொல்ல முடியும். சேர்ந்து ஜெயிக்கலாம்.''

கும்பிட்டாள். ''நான் எவ்ளோ சொன்னேன் என் ட்ரீம் பத்தி. மறுபடியும் 'ஸ்கொயர் ஒன்'னுக்கே, ப்ச்...''

தூரத்தில் அலைகளின் வெண்மை. அதைவிடவும் தூரமாய் ஒரு சிறு புள்ளி வெளிச்சம் மினுக் மினுக் என.

“சரி, ஓகே... ஆனா ஒன் கண்டிஷன், நான் மும்பை போறேன். ஒரு ஒன் இயர். அஃபீஷியலா நமக்குள்ள ஏதாவது பிரச்னைன்னா ஈகோவோட இருக்கக்கூடாது. எதுவா இருந்தாலும் பேசு. அப்புறம் மும்பை நசீம், தினேஷ்னு டீம் பெருசு. டெய்லி ஆக்டிவிட்டீஸ் அது இதுன்னு நிறைய ஹேப்பனிங்ஸ். நசீம் எங்கூட டச்ல இருக்கான். அது வேற உலகம் மாதிரி இருக்கு. நீ உன் பொசஸிவ் அது இதுன்னு என் டைம் வேஸ்ட் பண்ணக்கூடாது. ரெண்டு வருஷம் வேண்டாம், ஜஸ்ட் ஒன் இயர்... அதுக்குள்ள நான் இத கம்ப்ளீட் பண்ணிருவேன், ஐ வில்.” என கைவிரல்களை மூடி முடியும் என்பது போல் காட்டினாள்.

“ஒன் இயர், நாம பிரிஞ்சு இருக்கணும்... க்ராப் மதி. நான் கோவப்படக்கூடாதுன்னு பேசுறேன். கோவப்படுத்தணும்னு நீ முடிவுபண்ணிட்ட.”

மதி மிக நிதானமாகச் சொன்னாள், “நான் என்ன சொல்லணுமோ சொல்லிட்டேன். எனக்கும் உங்கூடவே இருக்கப் பிடிக்கும் செழி. ஆனா, அதுக்காக நான் இந்த சான்ஸ, இந்த முயற்சியை எல்லாம் விட்டு இப்பிடியே கண்ட்டினியூ பண்ணலாம்... அப்பிடி பண்ணா, ஒரு நாள் நான் ஒன்ன கொல கூட பண்ணிருவேன்.”

அந்தச் சொற்களின் தீவிரம் செழியனை அதிரச் செய்தது.

“ஆமா, செழி, இப்பிடி மிஸ் பண்ணிட்டமேன்ற என்னோட தாட் ப்ராசஸ் இருக்கும்ல, அது ரொம்ப டேஞ்சர்... எனக்கு நல்லாத் தெரியும் என்னப் பத்தி, நான் சைக்கோ.”

“அப் டு யூ மதி. நான் ஒன் இயர் வெயிட் பண்றேன். நீ செட்டில் ஆகு, ஒருவேள என்ன விட பெட்டரா...”

“ஆரம்பிச்சிட்டியா... இந்த ஒன் இயர்ல நீ இப்பிடி பேசிப் பேசி நாம ப்ரேக் அப் ஆகி, ஐ நோ... நடக்கும்.”

சிரித்தாள்.

சிரித்தான்.

“ஒண்ணே ஒண்ணு மதி, முந்தி ஒருதடவ நீ சொன்ன... ஏதோ மார்க்கெட்டிங் மீட்ல... காம்ப்படிஷன் அனாலிஸிஸ்ல...”

மதி குழப்பமாகப் பார்த்தாள், எதைச் சொல்கிறான் என.

“எதிராளி பலத்தோட மோதுறதவிட பலவீனத்துல அடிக்கிறது ஈஸியா சக்ஸஸ் குடுக்கும்னு...”

மதி அவன் கண்களைத் தவிர்த்தாள்.

“நாம பாக்காம இருக்குறது, என் பொசஸிவ்னெஸ்... இதெல்லாம் என் வீக்னஸ். அதுல அடிக்கிறல்ல...?”

ஒருவருக்கொருவர் பார்த்துக்கொண்டால், அழுதுவிடும் சூழல் என்பதை அறிந்த இருவருமே அதைத் தவிர்த்தார்கள்.

கதவு மூடப்படும் சத்தம் கேட்டு மதி பக்கமாகத் திரும்பினான்.

வெளியில் நின்றவள், கையைக் காட்டி, கட்டைவிரல் உயர்த்தினாள்.

குனிந்து பார்த்தவன்,

“ஒண்ணு சொல்லலாமா?”

தலை ஆட்டினாள்.

“செம்ம்மயா இருக்க இன்னைக்கு, லவ் யூ, ஆல் தி பெஸ்ட்.”

செழியனின் கண்கள் மினுங்கின.

அதைப் பார்க்காமல் தவிர்க்க சட்டென திரும்பி தன் காருக்குள் புகுந்தவள், எவ்வளவு முடியுமோ அவ்வளவு வேகமாகக் கிளம்பினாள்.

இதுபோன்ற வேறு வேறு கார்ப் பயணத்தில் மூன்றாவது நொடியில் ப்ளூ டூத் அதிரும். யார் முதலில் கூப்பிடுவது எனும் போட்டி நிலவும்.

அமைதி நிலவியது. அப்படியே அமர்ந்திருந்தான்.

அந்தப் பெரிய பொட்டு வைத்த பெண்மணி சொன்ன சொற்கள் காற்றில் மிதந்துகொண்டிருந்தன.

"ஒரு சம்பவம் நடக்கப்போகுது, குறி சொல்றேன் கேட்டா மீளலாம்."

இதிலிருந்து மீள முடியாது எனத் தோன்றியது செழியனுக்கு. மதியின் கண்களில் மிதந்த கனவு அப்படி. மதியின் சொற்களில் இருந்த தீவிரம் அப்படி.

மிஸஸ். ரித்து அனுப்பிய மடலை மீண்டும் ஒருமுறை படித்தான். இன்னும் ஐந்து நாட்கள். பெரிய வைபவம் போல் நிகழும் ஆண்டுக் கூடுகை. ஒவ்வொரு ஆண்டும் செழியன்தான் மையமாய் இருப்பான். மிக முக்கிய அறிவிப்புகள், ஆண்டறிக்கைகள் எல்லாம் அரை நாளில் முடிவடையும். அதன் பின்னர் கூத்தும் கும்மாளமும் மகிழ்ச்சியும் நிறைந்திருக்கும். செழியனைச் சுற்றியே கூட்டம் சுழலும். அப்படியான ஏதோ ஒரு ஆண்டுக் கூட்டத்தில் மதி ஏதோ நெருக்கமாய் சொல்ல வர, உதயன் சாருடன் இருந்த காரணத்தினால் மதியிடம் பிறகு பேசுவதாக செழியன் சொன்ன காரணத்திற்காக, மதி ஒரு வாரத்திற்கும் மேல் அவனிடம் பேசாமல் இருந்தது வரை அனைத்தும் நினைவிற்கு வந்தன. செழியனின் உடமைகள், மறதிகள் அனைத்தையும் பார்த்துக்கொள்வாள் அனாமிகா.

நினைத்த நொடியில் அனாமிகாவிடம் இருந்து மடல் வந்தது. அந்த மீட்டிங்கிற்கான விவரம் குறிப்பிட்டு விமான நேரங்களை அனுப்பி எந்த ஆப்ஷன் எனக் கேட்டிருந்தாள். அதிகாலை விமானம் அவனுக்குப் பிடிக்காது என்பதைக் குறிப்பிட்டு, முதல் நாள் மாலை அவனுக்கு எடுப்பதாகவும், மறுநாள் தனக்கும் மதிக்கும் எடுப்பதாகவும் குறிப்பிட்டு, அவன் அனுமதியைக் கேட்டிருந்தாள்.

வாட்ஸப் நோட்டிஃபிகேஷன் காட்டியது.

மறுநாள் அதிகாலை விமானம் எனவும் அதிபனிடம் சொல்லிவிடு என்றும், அனைத்து உதவிகளுக்கும் நன்றி என்றும் வாட்ஸப்பில் தென்றல் அக்கா செய்தி அனுப்பி இருந்தாள்.

நிமிர்ந்து பார்த்தான். இரவில் கடல் உள்வாங்கி இருந்தது. அலைகள் மிக நன்றாகத் தெரிந்தன.

எச்சலனமும் இன்றி பார்த்துக்கொண்டு அமர்ந்திருந்தான் செழியன்.

அத்தியாயம் 24

நினைவு என்பது

நதி எனில்

கடந்தோர் கால்களை

ஒருபோலத்தானே

நனைத்திருக்கும்?

அதிகாலை.

இரவெல்லாம் பெய்த மழையால் சாலையின் ஈரம் கண்களைக் குளிர்வித்தது. சாலையோர ஈரத்திட்டுகள், அதில் தெரியும் துண்டு வானங்கள், மண் குழைவுகள், காருக்குள் கமழ்ந்துகொண்டிருக்கும் ஈர நெல்மூட்டை வாசம் என ஒருவித மனம் கனிந்த நிலையில் அமர்ந்திருந்தாள் தென்றல்.

அழகர் மிக நிதானமாக காரை ஓட்டிக்கொண்டிருக்க, தென்றல் குரலை ஒரு முறை சரிசெய்துகொண்டு,

“டைம் இருக்குல்ல... ஒரு லொக்கேஷன் அனுப்பிருக்கேன் பாரு, அங்க போ. ஒரு ஃபைவ் மினிட்ஸ் வேணும் எனக்கு.”

மொபைலைப் பார்க்காமல், திரும்பி தன் அக்காவைப் பார்த்தான் அழகர்.

”இந்த நேரத்துல எங்க? லேட் ஆகிரும்.”

“லொக்கேஷன் அனுப்பிருக்கேன் பாரு.”

தென்றலின் குரலில் இருந்த தீர்மானம் அவன் அறிந்ததே. அவளின் எண்ணமும் புரிந்தது. ஒன்றும் சொல்லாமல் வண்டியை

அவள் அனுப்பிய இடத்திற்கு விட்டான். கூகுள் குரலால் வந்தடைந்துவிட்ட சங்கதியைக் கூவ, நிறுத்தினான்.

"கார்லயே இரு, ஒரு ஃபைவ் மினிட்ஸ், வந்துர்றேன்."

அழகரின் பதிலுக்குக் காத்திராமல் இறங்கியவள், அகிலன் எழுந்துவிடக்கூடாது என கதவை மெதுவாக மூடிவிட்டு எதிரே நடந்தாள்.

"என்னக்கா இந்த நேரத்துல?"

செழியன் கதவைத் திறக்கும்போதே அவனைத் தள்ளிக்கொண்டு உள்ளே நுழைந்தாள்.

செழியன் புரிந்து உள்ளே ஓடினான்.

ஹாலில் இருந்த பீன் பேகில் அமர்ந்தாள். கால்களை வைக்க ஏதுவாக இல்லாதுபோல் இருந்ததால் கால் மேல் கால் போட்டுக்கொண்டு மேற்கூரையைப் பார்த்து சரிந்து அமர்ந்தாள்.

அதிபன் டி ஷர்ட்டைத் தேடி எடுத்துப் போட்டுக்கொண்டே வந்தவன், அவள் அமர்ந்திருக்கும் தினுசைப் பார்த்து, எதிரே நாற்காலியை இழுத்து, அவள் கவனம் திருப்பி அமர்ந்தான்.

"கிளம்புறேன் அதி."

"....."

"தெரியும், நீ எதுவும் பேச மாட்டன்னு. நான் பேசணும், அதான் வந்தேன்."

நிமிர்ந்து அமர்ந்தான்.

"பையன் கிரிக்கெட்னதும் வந்தேன், இப்ப அது இல்லன்னதும் அப்பிடியே போய்ருவேன்னு நினைச்சுட்டல்ல."

அதிபனின் பதிலுக்கு எதிர்பார்க்காமல் மிக நிதானமாக பேசிக்கொண்டே போனாள்.

"பெரிய மயிறு மாதிரி போனா, இப்ப தேவைன்னதும் வந்தா, அதான? தேவைன்னுதான் அதி வந்தேன். கிரிக்கெட் இல்ல, நீ...

நீன்னதும் அசிங்கமா உங்கூட லைஃப் செட்டில், லவ் அதெல்லாம் நினைக்கல. ட்ரஸ்ட் மீ, எனக்கு அப்பிடி ஒரு ஃபீல் இந்த நிமிஷம் வரைக்குமே வரல. ஆனா, டேய் அதி, உங்கூட இந்த மாதிரி, கிரவுண்ட்ல, ஹோட்டல்ல, ஒரே ஊர்ல அப்ப பாத்துட்டு இருக்கணும்னு தோணுச்சு, தப்பா?''

அதிபனுக்குப் புரிந்தது. அமைதியாக இருந்தான்.

"நீ கை ஓங்கின, நான் போனேன் பாரு, தப்பு. பதிலுக்கு உன்ன அடிச்சிருக்கணும், சட்டையப் பிடிச்சு உலுக்கி இருக்கணும். ஆனா கூட இருந்துருக்கணும் அதி. இந்தப் பத்து வருஷத்துல நான் நிறைய பாத்துட்டேன். ஒண்ணு சொல்லவா? அங்க எனக்கு ஒருத்தர ரொம்ப பிடிச்சது, போய் பேசல்லாம் மாட்டேன். க்ரஷ். ஏன்னு தெரியுமா? அந்த நடை, ஷோல்டர ஒரு பக்கம் லேசா சாய்ச்சு, நடக்குற அந்த யான நட... எனக்கே தெரியாம உன் நடை என் கண்ல இருந்துருக்கு.''

"இங்க சிங்கிள் மதர்னா அவன் அவனுக்கு அல்வா சாப்ட்ற மாதிரி... அவனுங்க எல்லாத்தையும் ஒதுக்கி, நக்கலா சிரிச்சு, வெடிச்சு அழுது, அடிச்சு விலகி வந்துட்டேதான இருந்தேன். ஒன் நெனப்புல எல்லாம் ஒக்காந்து அழுதது இல்ல அதி, ஒரு நாள் கூட அப்பிடில்லாம் நீ என் நினைப்புல வந்தது இல்ல. ஆனா, வெண்டைக்காய எடுத்து ஒருதடவ கூட சட்டுனு நறுக்கினதே இல்ல தெரியுமா? எப்பவும் ஒரு செகண்ட் அத நீ சிகரெட் பிடிக்கிற ஸ்டைல்ல விரலிடுக்குல வச்சு தட்டுவியே, அப்பிடி பண்ணிப்பாக்காம சமைச்சதே இல்ல... யூ நோ வாட் ஐ மீன்?''

தலையாட்டினான்.

"எல்லாமே ஒனக்கு நேரா சொல்லிரணும், ஸ்ட்ரைட் ஃபார்வர்ட்.. அதுல ஒனக்கு நல்ல பேர்... அவ்ளோதான, அடுத்தவங்களுக்கு அது வலிக்கும்னுலாம் யோசிக்க மாட்டியா? ரெண்டு நாள் கழிச்சு சொல்லி இருக்கலாமே, இவன் கிரிக்கெட்டுக்கு ஒத்துவரமாட்டான்னு... என்னடா மிச்சம்? நீதாண்டா அந்த மிச்சம்... உன்ன மாதிரிதானடா அவனப் பாத்தேன்.

அவன் லெஃப் ஹேண்டரா இல்லையேன்னு டெய்லி நினைச்சு வருத்தப்படுவேன் தெரியுமா, பெரிய இவன் மாதிரி அட்வைஸ் பண்ற...”

“தென்றல்...”

அதிபனை அமர்த்தினாள்.

“பேசாத... பெரிய மதுரை பருப்பு... இன்னும் இந்த நிமிஷம் வரைக்கும் நீ என்ன ஒரு டீ போட்டு பேசல... ஏன்னா நான் பத்து வருஷம் முன்னாடி சொல்ட்டேனாம் அதான...”

“எந்திரிச்சு ஒரு அறை விட்டேன்னா அவ்ளோதான் இப்போ.”

அதிபன் சொல்ல, தென்றல் சிரித்தாள்.

“அடிச்சிரு அதி, இந்தப் பத்து வருஷத்த அந்த உன்னோட ஒரு அறை தீத்துவைக்கும்னா அடிச்சிரு. நீ கை ஓங்கினதுக்காகத்தான் நான் போனேன். நானே சொல்றேன்... அடி... ஆனா ஃப்ரெண்ட்ஸா இருப்போம்.”

“தென்றல், இந்தப் பத்து வருஷம் நான் தனியா இருந்துருக்கேன்னே இப்ப நீ வந்ததுக்கு அப்புறம்தான் தெரியுது. நான் நானாவே இல்ல, அப்பிடி சொல்லக்கூடாது. நான் பழைய நானா இருந்ததே இப்ப உன்னப் பாத்த இந்த நாட்கள்லதான். அதுகூட செழியன் சொல்லித்தான் தெரியும்.”

“அப்ப ஏண்டா போகாதன்னு சொல்லல, நீ கால் பண்ணல? ஏர்போர்ட் வந்திருக்கணும்ல...”

“அய்ய, அதெல்லாம் தோணல தென்றல். ஆனா...”

எழுந்து பெருமூச்சுவிட்டு சொன்னான்,

“நீ போகாதன்னு நான் சொல்லித்தான் தெரியணுமா ஒனக்கு?”

காஃபியை கொண்டுவந்து கொடுத்த செழியன், ஒரு கோப்பையை எடுத்துக்கொண்டு வெளியே போனான்.

மிக லேசாகத் தூறிக்கொண்டிருந்தது.

“இந்தாங்க ஜி காஃபி.”

அழகர் பரபரப்பாக, “ஹலோ, லேட் ஆகிருச்சு பாஸ் ஃப்ளைட்டுக்கு.”

“ஹூக்கும், அதெல்லாம் வண்டி கிளம்பாது போலருக்கு, அக்கா வுட்டு திருப்பிட்டு இருக்கு.”

அழகர்தலையில் அடித்துக்கொண்டு, “தம் இருக்கா?” என்றான், காஃபியை வாங்கிக்கொண்டே.

“ஆமா அதி, சிலதுல்லாம் சொல்லணும். நல்லா வாயத் தொறந்து சொல்லணும். மனசத் தொறந்து சொல்லணும்.”

“போகாத தென்றல்.”

தலையை இல்லை என்பதுபோல் ஆட்டினாள்.

“ப்ச், நாட் திஸ்.”

“நீ டிசைட் பண்றதத்தான் நீ பண்ணுவ. நான் அடுத்த வாரம் டெல்லி வந்து உன்னப் பாக்கலாம்னு நினைச்சேன்.”

“கிழிச்ச...”

காஃபி கோப்பையை டங் என்று வைத்தாள்.

“நெஜமா...”

“ஐ நோ யூ அதி, நீ வந்துருக்க மாட்ட.”

அதிபன் தன் மொபைலை எடுத்து எதையோ தேடி பெரிதாக்கி அவளிடம் நீட்டினான்.

“பாரு...”

அவள் படித்தாள். வியப்பாக புருவங்கள் உயர்ந்தன.

”வாட்?”

“யெஸ்...” எனத் தலையாட்டினான்.

செலக்‌ஷன் கமிட்டிக்கு, தான் சிலகாலம் அதிலிருந்து விலகுவதாகவும், ஒரு சிறுவனை தயார்படுத்தி தேர்வாகும்

தகுதியையும் திறமையையும் உறுதிசெய்துவிட்டு வருவதாகவும் அதில் குறிப்பிட்டிருந்தான்.

“சிலதுல்லாம் சொல்லணும்னு அவசியம் இல்ல தென்றல். செஞ்சு காட்டினா போதும்.”

தென்றலுக்கு சட்டென ஒருவித நெகிழ்வும் மகிழ்வும் சூழ்ந்தது.

“இல்ல அதி, இது வேணாம். ஆனா... நாம ஃப்ரெண்ட்ஸா இருப்போம். கூடவே ஒரே ஊர்ல... நீ இங்கயே இரு, நான் தம்பி அப்பார்ட்மெண்ட்ல ஒரு ஃப்ளோர் காலியா இருக்கு, அங்க இருந்துக்குறேன்... கடைசி வரை ஃப்ரெண்ட்ஸா இப்பிடியே இருப்போம்.”

“உத்தரவு மஹாராராணி. ஆனா, நான் அகிய ரெடி பண்றது கன்ஃபார்ம்ட்.”

“நீ இன்னும் என்ன போகாதன்னு சொல்லல.”

“போகாத.”

“ப்ச், இது இல்ல.”

“அடியே போகாத, இருந்து தொல.”

சிரித்தாள். “இதான். ஒருவேள நீ எனக்கு வேணும்னு எப்பவாவது தோணும்போது நாம சேர்ந்து இருக்கணும். அப்ப நீ பெரிய இவன் மாதிரி சீன் போட்டனு வை...” என அடிக்க ஏதாவது இருக்கிறதா எனத் தேடினாள்.

“உன் சம்மதம்தான் தென்றல், ஆனா அதவிட முக்கியமா, அகிலனோட வியூ... பாத்துக்கலாம்.”

“ஆமா, எனக்குத் தெரிஞ்சு நாம ஃப்ரெண்ட்ஸா மட்டும்தான் இருப்போம்னு நினைக்கிறேன். உன் கூட சுத்தணும், உங்கூட இருக்கணும் அவ்ளோதான். நாட் திஸ் ஃபேமிலி லைஃப் எனி மோர் அதி.”

“பெருசு மணி அடிக்கடி ஒண்ணு சொல்லுவாப்ல, இரு” என யோசித்துவிட்டு, “ஆங், தங்கள் சித்தம் என் பாக்கியம்.”

“எவ அவ பாக்கியம்? ஆமா, இத்தன வருஷமா நீ வெர்ஜினாவே இருந்துருக்கியாடா?”

சிரித்தாள்.

செழியன் உள்ளே நுழைந்தான்.

“நான் வேணா அழகர் கூட கார்ல ஒரு ரவுண்டு போய்ட்டு வரவாக்கா... நீங்க பேசிட்டு இருக்கீங்களா, இல்லஃப்ளைட்டுக்குப் போகணுமா?”

அதிபன் சிரித்தான். “பத்து வருஷப் பேச்சையும் பேசிட்டா ஒங்கொக்கா.”

“ஆமா, ஒங்கண்ணனுக்கு முத்து உதிந்துரும், பாகல் சாலா!”

செழியன் “அய்யய்யோ” என அதிர்ந்து சிரித்தான்.

அதிபன், “பாகல்னா கிறுக்கன்தான?” எனக் கேட்க,

“இல்ல, சார் ரொம்ப தங்கமானவர்னு ஹிந்தில சொன்னேன்” தென்றல் தன் எடையிலிருந்து இருபது கிலோ குறைந்ததாக உணர்ந்தாள்.

“பாவம்க்காஉங்க ப்ரதர். வானத்தையே பாத்துட்டு இருக்காப்ல. நீங்க போகவேண்டிய ஃப்ளைட்ட கட்டி நிப்பாட்ட.”

“அவனும் ஒரு பாகல்...” என்றாள்.

செழியனும் தென்றலும் சிரிக்க சிரிக்க அதிபன் கோபமாக, “பாத்துட்டேன் மீனிங்” என தென்றலை அடிக்க வந்தான்.

வெளியே வந்தார்கள்.

மூவரும் நடந்து வருவதைப் பார்த்த அழகர், காரிலிருந்து இறங்கி நின்றான்.

அதிபன் எதுவும் பேசக்கூடாது, முக்கியமாக அவனைப் பார்த்து சிரித்துவிடக் கூடாது என்ற முனைப்போடு நின்றான்.

“அப்ப நீ இன்னிக்கு டெல்லி போகல?”

“எப்பவும் போகப் போறதில்ல.”

தென்றலின் பதில் அழகரை வெறுப்பேற்றும் என்று உணர்ந்து அவனைப் பார்க்காமல் தவிர்த்தாள்.

அவன் அதிபனைப் பார்த்து,

“இங்க இருக்குற மாதிரியா... இல்ல, மதுரைக்குப் போய்றதா?”

தென்றல் அவனை சட்டெனத் திரும்பிப் பார்த்து சிரித்தாள்.

“மதுரைலதான் கடல் இல்லையாம்ல...”

அழகர் குழப்பமாகப் பார்த்துவிட்டு,

“அதிபன்... செம பேர் பாஸ் ஒங்களுக்கு. ஒண்ணுமில்ல, நடந்து வந்தீங்கல்ல, அப்ப இவ முகத்தப் பாத்தேன். மதுரைல சிரிச்சுட்டே இருப்பால்ல, அந்த முகத்த இப்ப இந்தப் பத்து வருஷத்துல இப்பத்தான் பாக்குறேன். நல்லாருங்க.”

அழகர் சட்டென உணர்ச்சிவசப்பட, செழியன் அதிபனுக்கு மட்டும் கேட்கும்படி,

“பெரிய சிவாஜி, ஆனந்தக் கண்ணீர மட்டும்தான் பாக்கணும் ரேஞ்சுக்கு போறானேண்ணே...”

“சும்மா இர்றா.”

தென்றல் அழகரின் கையைப் பிடித்து அழுத்தினாள்.

“டேய், நாங்க ஃப்ரெண்ட்ஸ் அவ்ளோதான். எனக்கு வேற எதுலயும் இண்ட்ரஸ்ட் இல்ல, இப்ப.”

“இப்ப, நோட் திஸ் பாயிண்ட்ண்ணே” மீண்டும் கிசுகிசுத்தான்.

“அட எனக்கும் ஜஸ்ட் கூட இருந்தாப் போதும்டா.”

“என்ன சொல்றாரு உங்கண்ணன்?”

தென்றலின் நக்கலுக்கு, “சும்மா கூட இருப்பாராம்.”

“அத நாந்தான் சொல்லணும்னு சொல்லு, சும்மாவா இல்லையான்னு.”

“ரைட்ட்டு” என்றான் செழியன்.

மழை உதிர்த்துப்போன செங்கொன்றைப் பூக்கள் அந்த இடம் முழுதும் சிதறிக்கிடந்தன. காரின் மீதும் ஈரமாய் மலர்கள் உதிர்ந்திருந்தன.

காருக்குள், பின் சீட்டில் உறங்கிக்கொண்டிருந்த அகிலனுக்கு ஏதோ கனவு வந்திருக்க வேண்டும். மிக மெலிதாகச் சிரித்தான். மிக அழகாக இருந்தது அந்தச் சிரிப்பு.

அத்தியாயம் 25

குளிர்பனி இரவில்
நிரைநுரை அலையில்
கரைமணல் அமிழ்வில்
இசைமழை பொழிவில்
உன்
நகுமிதழ்க்கடை நுனியில்
முகிழ்க்கட்டும்
நம்மின்
மற்றுமொரு காதல்.

அவ்வளவு காலையிலும் விமான நிலையத் தரை பளீரென விளக்கொளியைப் பிரதிபலித்துக்கொண்டிருந்தது. அதைவிடவும் அதிகமாய் ஜொலித்தது மதியின் முகம். உள்ளிருக்கும் அந்த ஆர்வமும் மகிழ்ச்சியும் அவள் முகத்தில் தெரிந்தது. அதைவிட அதிகமாய் அவள் உடையில். அடர் கருப்பில் ப்ளேசர், காக்கி கலரில் பேண்ட், உள்ளே பளீர் வெண்மையில் சட்டை. ப்ளேசரை அலட்சியமாக திறந்துவிட்டிருந்தது நன்றாக இருந்தது.

அனாமிகா, மதியைப் பார்த்ததும், கண்களை அகல விரித்து, உலக அழகி பட்டம் பெற்ற பெண்கள் வாயைப் பொத்துவது போல் ஒரு செய்கை செய்து அவளைக் கட்டி அணைத்தாள், உடல்கள் ஒட்டிக்கொள்ளாமல். திருஷ்டி நெட்டி முறித்தாள்.

“இன்னிக்கு யுவர் டேயா மதி..?”

விமானத்தினுள் அமர்ந்தும் அமராமல் லேப்டாப்பைத் திறந்து அன்றைய நிகழ்ச்சிநிரலைப் பார்த்தாள்.

அனாமிகா எட்டிப்பார்த்து சிரித்தாள். ஹேண்ட்ஸ் ஃப்ரீயை காதுக்குக் கொடுத்துக்கொள்ளும் முன் மதி கேட்டாள்.

“எப்பவும்போல செழி ரெண்டு நாள் முன்னாடியே போய்ட்டானா... போய்ட்டாரா?”

“ஓஹ், உனக்குத் தெரியாது... ஸாரி, உங்களுக்குத் தெரியாதுல்ல மேடம்?”

அனாமிகா தோளை செல்லமாகத் தட்டி, “நெஜமாவே ரெண்டு நாளா செம பிஸி, நீ பாத்தேல்ல. பாஸ் நம்பரும் நாட் ரீச்சபிள், அவர்தான் ஹெட் ஆபீஸ் போய்ட்டா நம்மளக் கண்டுக்க மாட்டாரே!”

அனாமிகா “ட்ரூ... கண்டினியூஸ் ஷெட்யூல்ஸ்ல” எனச் சொல்லிக்கொண்டே பாடல்களில் மூழ்கினாள் கண்கள் மூடி.

மதிக்கு ஒரு பதற்றம் தொற்றியது. ஒரு மனம் முழுதும் மகிழ்வும் அச்சமும் நிறைந்து, நிலைகொள்ளாமல் தவிக்கச்செய்தது.

நிரலில் செழியன் பேசும் நேரத்தைப் பார்த்தாள். 11:30. அது முடிந்த பிறகு மிஸஸ் மல்ஹோத்ரா. அநேகமாய் அவள்தான் அறிவிப்பாள். செழியன் அப்போது உடன் நின்றால் நன்றாக இருக்கும் என்று நினைத்தாள். செழியனே அறிவிப்பைச் செய்யக்கூடிய வாய்ப்பு இருப்பதையும் யோசித்தாள்.

‘செழி, இந்த ஓரிரு வருடங்கள் பொறுமையாக இரு, உன் மீதான என் காதலை எப்படியெல்லாம் நிரூபிக்கிறேன் பார்’ என்ற வாக்கியத்தின் பொருளை விதவிதமான தன் சொற்களால் நினைத்துக்கொண்டாள்.

ஒன்றை நோக்கிய பயணத்தின்போது, இடர்படும் நிழலின் உன்னதம் நம்மை ஈர்க்கும். எந்தத் தொல்லையும் இல்லாத அவ்விடத்தின் வனாந்திரத் தனிமை சுகமாய் திகைக்க வைக்கும். அப்படியே அங்கேயே இருந்திடலாம் எனத் தோன்றும். அப்போது

அமர்ந்து மனதிடம் பேசுதல் அவசியம். போகவேண்டிய இடம் பற்றிய நினைவுறுத்தல் பயணத்தைத் தொடர்வதற்கான அத்தியாவசியம்.

மதியை மிஸஸ் மல்ஹோத்ரா அணைத்த அணைப்பில் எலும்பு நொறுங்கியது. அப்படியான அரவணைப்பு அது.

அந்த இடம் வழக்கத்திற்கும் மாறாக அதிக அமைதியில் மங்கலான வெளிச்சத்தில் மங்கியொளிர்ந்தது. இந்தியாவிலிருந்த அத்தனை முக்கிய அலுவலர்களும் அவரவர் வட்டத்தில் அமர்ந்திருந்தார்கள். போனில் மட்டுமே பேசியிருந்தோர் நேரில் பார்த்து, மனதில் இருந்த பிம்பமும் வாட்ஸ்அப் டிபியில் இருந்த பிம்பமும் தாண்டிய ஒன்றாக இருக்கும் விநோதத்தைக் கடந்துகொண்டிருந்தார்கள்.

மதியின் கண்கள் மிகப் பொறுமையாக, அதைவிடத் தீவிரமாக செழியனைத் தேடின. உதயன் சார் முகமெல்லாம் மலர்ச்சியாக தன்னைச் சூழ்ந்து நிற்கும் இளைஞர்களிடம் ஏதோ சொல்லிச் சிரித்துக்கொண்டிருந்தார்.

‘எங்கு போனான் இவன்?’ சட்டென அனாமிகா எங்கிருக்கிறாள் எனத் தேடினாள். அவளையும் காணவில்லை.

மிஸஸ் மல்ஹோத்ரா கையசைக்க, அதுவரை இருந்த மனம், சட்டென அங்கேயே எல்லாவற்றையும் உதறிவிட்டு ஓடியது.

பாவ்னா எனும் பதுமை வழக்கம்போல் மைக் பிடித்து ஒவ்வொருவராக அறிமுகப்படுத்தி அமரச்செய்யும் வைபவத்தில் துவங்கியது அந்நிகழ்வு. மதி, முதல்முறையாக முன் வரிசையில் உதயன் மற்றும் மல்ஹோத்ராவிற்கு இடையில் அமர்ந்திருந்தாள். மிளிர்ந்தும் திகழ்ந்தும் நிகழ்ந்துகொண்டிருந்தாள். கழுத்து எலும்பு உடையும்படி இருபக்கமும் திரும்பி சுழன்று ஒருமுறை பார்த்தாள். அனாமிகா பரபரப்பாக வந்து காலி இருக்கையைப் பார்த்து அமர்ந்தாள்.

மல்ஹோத்ரா மேடை ஏறி, தொண்டையைச் செருமிவிட்டு, மிக நிதானமான ஆங்கிலத்தில், மிக மோசமான நாட்களை

எல்லோருமாய் சேர்ந்து கடந்த விதத்தையும், குழுவாகச் செயல்படுதலும் திட்டமிடலும் தேவையான இடத்தில் நிதானமும், கடைப்பிடித்த ஒவ்வொரு மேலாளரும் இந்த கம்பெனியின் தூண்கள், செங்கல்கள் எனச் சொற்களால் மாளிகையை அடுக்கினார். முத்தாய்ப்பாக, புதிய அறிவிப்புகள் பிரிவில், மதியின் பெயரைச் சொல்லி, புதிய புராடக்கெட்டின் இந்தியத் தலைமைப் பொறுப்பில் நம் நிறுவனத்தின் புதிய நட்சத்திரம் மிளிரப்போகிறது இன்று முதல் என்று சொல்லி முடிக்கும்போது மொத்தக் கூட்டமும் எழுந்து நின்று கைதட்டியது.

மதி ஓடியும் நடந்தும் கடகடத்தும் படபடத்தும் மேடை ஏறி, மல்ஹோத்ராவின் கைகளைக் குலுக்கி, நன்றி சொல்லி அமர்ந்தாள்.

உதயன், மதியை வாழ்த்திவிட்டு பேசத் துவங்கினார். ஒரு பெருமூச்சை உள்ளிழுத்து வெளிவிடும்போது அவர் வாயிலிருந்து உதிர்த்த சொல், செழியன். செழியனின் இன்மை அந்த நிகழ்வையே சுரத்தில்லாமல் ஆக்கியது போலிருக்கிறது என்றும், ஆனாலும் இதுவரையில் இப்படி ஓர் ஆளுமையைத் தான் பார்த்ததில்லை என்றும், இதுநாள் வரையில் செழியன் அவரின் இளவயதின் பிரதி என்று நினைத்திருந்ததாகவும், இந்த இப்போதைய செழியனின் முடிவு, தன்னைவிடவும் மிகப்பெரிய ஆள் செழியன் என்பதை தனக்கு இந்த அறுபதாவது வயதில் உணர்த்திப் போயிருக்கிறான் தன் அற்புத செல்லப்பிள்ளை என மிக நெகிழ்வாகச் சொல்லச் சொல்ல, கூட்டத்தில் சிறு சலசலப்பு. மிஸஸ் மல்ஹோத்ராவை மதி திரும்பிப் பார்க்க, சிரித்தார்.

உதயன் தொடந்தார். செழியன், இரண்டு வருடங்கள் விடுப்பில் போகப்போவதாகவும், எப்போதெல்லாம் தேவையோ அப்போதெல்லாம் ஆலோசனைகள் வழங்கப்போவதாகவும், இரண்டு வருடங்கள் கழித்து, ஒரு முக்கியமான பொறுப்பை ஏற்கும் விதமாக செழியன் அனுப்பி இருக்கும் புராடெக்ட் குறிப்புகள் அவ்வளவு திருத்தமாகவும் முன்னோக்கிய பார்வையுடன் இருப்பதாகவும் சொல்லி, சிரித்துக்கொண்டே, இந்த இரண்டு வருடம் ஹோம் மேக்கராகவும் தன் மனைவியின்

முன்னேற்றத்திற்கு உடன் நிற்கப்போவதாகவும் சொல்லிவிட்டு நிமிர்ந்தார். கனத்த மௌனம் நிலவ, அதை உடைக்கும் பொருட்டு உதயன் கைதட்டினார். அனாமிகா எழுந்து கைதட்டினாள். ஒவ்வொருவராக தட்டதத்தட்ட மதியின் கண்களில் இருந்து கண்ணீர் உகுந்து உருண்டு ஓடின. துடைக்கத் துடைக்க மீண்டும் மீண்டும் ஊற்று போல் உருண்டன.

வேகவேகமாய் அனாமிகாவைத் தேடி சமீபித்தாள். அனாமிகா அணைத்துக்கொண்டாள். இரு உடல்களும் முட்டிமோதி இறுகின. மதியை தன் உடலில் இருந்து விலக்கி, தன் கைப்பையில் துழாவி எடுத்தாள்.

“பாஸ் குடுக்கச் சொன்னாரு.”

செழியன் உபயோகிக்கும், மதி விளையாட்டாக அதை எடுத்தால்கூட சட்டென பிடிங்கி வைத்துக்கொள்ளும் அவனுக்குப் பிடித்த, *Mont Blanc* பேனா. அதைக் கையில் வாங்கிய நொடியில் செழியனின் கையைப் பிடித்த உணர்வு வந்தது மதிக்கு.

“பாஸ் ரெண்டு நாள் முன்னாடியே சொல்லிட்டாரு. சர்ப்ரைஸா இருக்கட்டும்னு சொல்ல வேணாம்னு சொன்னாரு. எனக்கு இந்த லைஃப்ல ஒரே ஒரு பாஸ்தான், அது தி கிரேட் எழில் செழியன்தான், மதி. அண்ட் யூ ஆர் ஸோ ஸோ லக்கி இன் ஆல் அஸ்பெக்ட்ஸ், *All the very best.*”

மதி அவள் சொன்ன எதையும் காதில் வாங்காமல், பரபரப்பாகச் சொன்னாள் “அனாமிகா, எனக்கு இன்னைக்கே, இப்பவே செழியனப் பாக்கணும், *can you reschedule our flight for today itslef?*”

“பார்றா, பாஸ் மாதிரியே ஆகிட்டீங்க மேம்.”

இரவின் மொத்த அமைதியையும், இருளின் மொத்தக் கருமையையும் குழைத்து அப்பிக்கொண்டு அசங்கியபடி இருந்தது

கடல். எந்த அசங்கலும் இன்றி, மனதின் அத்தனை குளுமையும் முகத்தில் மிளிர, நின்றிருந்தான் செழியன். மணியைப் பார்த்தான். இன்னும் கொஞ்ச நேரம்தான். வந்துவிடுவாள்.

நல்லவேளை அன்று இரவு, மதி கிளம்பியதும் அவள் பின்னாலேயே கிளம்பிவிடவில்லை என்று தோன்றியது செழியனுக்கு. அந்த இரவில் இரண்டு இளைஞர்கள் ஒரு சிறிய கட்டுமரத்தைப் பிரித்துக்கொண்டிருந்தார்கள். காரை விட்டு இறங்கியவன் அவர்களிடம் பேச்சுக்கொடுத்திருந்தான்.

“எதுக்கு பாஸ், நல்லா இருக்கே போட், ஏன் உடைக்கிறீங்க?”

சிரித்தான் இளைஞன்.

“அதுவா, கடல்ல எறக்குனா சொம்மா சல்லுனு போகும் சார். போனா போனதுதான் வந்தா வந்ததுதான்னு இருந்தேன்... கல்யாணம் ஆச்சு பாரு, பாவம், திரும்ப வர்ற வரைக்கும் பயந்து பயந்து கடலயே பாத்துனு இருக்கு.”

சொல்லிவிட்டு வெளிச்சத்தை சற்றுத் தள்ளி அடிக்க, வெட்கம் கலந்து சிரித்தார், அந்தப் புதுப்பெண்.

“சரி, பாதி வாழ்க்க கடலுக்குள்ளயே போச்சு, மீதி கரைல இவ கூடவே இருந்து போகட்டும்னு, இந்த மரத்தப் பிரிச்சு கடையா அடிச்சு நிப்பாட்டிருவம்னு... மதியம் சாப்பாடு எடுத்துட்டு வருவாளாம் பாத்துக்கிடுங்க.”

“ஆமா, வருவாக, வாயப்பொளந்துட்டே இரு” இன்னும் அதிகமாய்ச் சிரித்த பெண்ணை நோக்கி ஈரமணலை அள்ளித் தூவினான்.

பேசிக்கொண்டே மரத்தைப் பிரித்து, ஆணிகளை இறக்கிக்கொண்டிருந்தார்கள்.

“கூட இருக்குறதான சார் வாழ்க்க, என்னான்றீங்க..?”

அந்தப் பெண் அவ்வளவு வெகுளியாய் கேட்க, ஆமாம் என்பது போல் தலையாட்டினான்.

“ஒரு அஞ்சாயிர ரூவாய்க்கு சரக்குகள எறக்கிப் போட்டம்னா அதுபாட்ல ஓடும் சார், இவ கூடயே இப்பிடியே கடையப் போட்டு இந்தா அங்க இது ஒக்காரும், நான் இங்க” என அரை நொடியில் ஒரு முழு வாழ்க்கையை வாழ்ந்து காட்டினான். அவன் தோளில் அடித்து, நாணி நகர்ந்தாள் அப்பெண்.

மொபைல் அடிக்க, எடுக்காமல் திரும்பிப் பார்த்து, தொலைவில் அவனைத் தேடிக்கொண்டிருக்கும் மதியை நோக்கி வெளிச்சம் காட்டினான். ஆட்டினான் என்பதே சரி.

ஓடிவருவாள் என எதிர்பார்த்தான். வழக்கத்தைவிடவும் மெதுவாக மிக நிதானமாக நடந்து வந்தாள். அருகில் வர வர அவள் ஒருபக்கமாய் முகத்தைச் சாய்த்து அவனையே பார்த்துக்கொண்டு வருவது கண்டு, சிரித்தான்.

“செட்டாகல, மதி நேரா வா.”

வந்தவள் திடுமென அணைத்தாள். எதிர்பாராத அந்தத் திடுக்கிடலில் அப்படியே பின்னோக்கி மணலில் விழுந்தான், அவளோடு.

“அய்ய, உன் ஒயிட் ஷர்ட்லாம் போச்சு பாரு” அவன் மேல் அமர்ந்தவள், அறைந்தாள். அவள் தோள்களைப் பற்றி உலுக்கினான்.

எழுந்தார்கள்.

“லூசாடா நீ?”

“ஆமா பாஸ்” என்றான்.

“இடியட் மாதிரி, நெஜமாவே என்னால நம்ப முடில. என்னாச்சு செழி, ப்ளீஸ் டோண்ட் டூ திஸ்.”

“அல்ரெடி டன், சரி வா... ஒரு முக்கியமான ஆளக் காட்டணும்.”

எழுந்து மணலைத் தட்டிக்கொண்டு நடந்தான், அவள் கைகோர்த்துக்கொண்டு.

கடற்கரையில் அந்த ஒரு வாரத்தில் புதிதாக எழுந்து இருந்தது அந்தக் கடை. விளையாட்டுப் பொருட்கள், பலூன் சுடும் விளையாட்டு என கட்டைகளால் அடிக்கப்பட்ட கடை. அங்கு நின்று செழியன் போனில் அழைக்க, அந்த இளைஞன் எங்கிருந்தோ ஓடிவந்தான்.

“சார்...”

“மதி, மீட் மிஸ்டர் ஐ ஓப்பனர்....”

“தமிழ்ச்செல்வன் சார்.”

செழியன் சிரித்தான்.

“நான் சொன்னேன்ல்ல, எங்க மேடம் செம கைராசியான ஆளு பாஸ், இந்தா மதி இத அவர்ட்ட குடு.”

ஐந்தாயிரம் ரூபாயை மதியிடம் கொடுத்தான். மதிக்கு ஒன்றும் புரியவில்லை. ஆனாலும் வாங்கி அவரிடம் கொடுத்தாள்.

“சார்...”

“அட, நீங்க சொன்ன ஐயாயிரம்... பொருள டபுளா வாங்கிப்போடுங்க... நாங்க ஒரு ரெண்டு வருஷம் கழிச்சு மும்பைல இருந்து...”

மதியைப் பார்த்து, “மும்பைதான... இல்ல டெல்லியா?”

“மும்பை, அங்கதான கடல் இருக்குன்னு சொன்ன...”

“ரைட்டு, மும்பைல இருந்து வருவோம், இன்னும் பெரிய கடையா இருக்கணும். எங்க உங்க ஒய்ஃப்?”

“வீட்ல மீன் கொழம்பு மணக்க மணக்க ரெடியாகுது” என மொபைலில் அழைத்து, செழியனிடம் கொடுத்தான்.

“எனக்கு சமையல் தெரியும். ஆனா, இன்னும் நல்லாப் பழகணும், ரெண்டு மூணு வருஷத்துக்கு மேடத்துக்கு சமச்சுப் போடணும்ல...”

போனைக் கொடுத்துவிட்டு நன்றிகளை வாங்கிக்கொண்டு சாலைக்கு வந்து காருக்குள் ஏறினார்கள்.

“செழி, நெஜமாவா, எழில் செழியன் ஹோம் மேக்கர், என்னடா இது?”

“யார் சொன்னா? அதோட சேர்த்து ஒரு நாவல் எழுதப்போறேன்.”

“வாட், க்ராப்...”

“நோப், இட்ஸ் ஆன். ஒரு திமிர் பிடிச்ச பொண்ண ஒரு அப்பாவி லவ் பண்ற கத, நாவல் டைட்டில் மட்டும் மேடம் ராசியான கையால எழுதணும். மத்தபடி, புக்க ரிலீஸ் பண்ணப்போறது சிட்டிபாபு, வாங்கிக்கப்போறது அனாமிகா, நன்றி உதயன் சார் வரைக்கும் எல்லாம் ரெடி, ஆனா...”

“ஆனா...”

“முத்தம் குடுத்தா சுகமா, வாங்குனா சுகமான்றத கண்டுபிடிச்சுட்டா அந்த சேப்ட்டர்ல ஒரு அழுத்தம் கொடுத்து ஆரம்பிக்...”

இழுத்துப்பிடித்து கொடுத்துக்கொண்டே இருந்தாள்.

மொபைல் அலறியது.

“டேய், மசாலாப் பொடிய எங்க வச்சுருக்க?”

தென்றல் அக்கா கேட்க, சிரித்தான். “ரெண்டாவது ஷெல்ஃப்ல இருக்கும், நான் இப்ப வரலாமா?”

“மதி வந்தாச்சா? சாப்ட இங்க வந்துருங்க, ஆனா...”

“ஆனா, ஏதாவது வாங்கணுமா?”

அதிபன் லைனில் வந்தான்.

“கொஞ்சம் லேட்டா வரச் சொல்றாடா ஒங்கொக்கா.”

“ரைட்டுண்ணே, ரைட்டுண்ணே!”

மொபைலை பிடுங்கிய மதி, “அந்த டவுட் க்ளியர் ஆகணுமா வேணாமா” என முடிக்கும் முன்னர் செழியன் அவன் பக்கமாய் இழுத்தான்.

அவ்வளவு அமைதியாய், அவ்வளவு அழகாய், அவ்வளவு ஆழமாய் அனைத்தையும் பார்த்துக்கொண்டிருந்தது கடல்.

www.ingramcontent.com/pod-product-compliance
Ingram Content Group UK Ltd.
Pitfield, Milton Keynes, MK11 3LW, UK
UKHW041856190726
13854UKWH00002B/928

9 798888 839003